# മലയാളം
# ഭാഷയും സാഹിത്യവും

**malayalam**
**bhashayum sahithyavum**

•

s rajasekharan

•

*first edition*
december 2007

•

*second edition*
december 2010

•

*published*
chintha publishers, thiruvananthapuram

•

*typesetting*
akshara dtp centre

•

*printed*
repro india ltd, mumbai

•

*cover*
alice cheevel



---

*വിതരണം*

**ദേശാഭിമാനി ബുക്ക് ഹൗസ്**

H O തിരുവനന്തപുരം-695 001

*ബ്രാഞ്ചുകൾ*

ഓവർബ്രിഡ്ജ് തിരുവനന്തപുരം • കെ എസ് ആർ ടി സി ബസ് സ്റ്റേഷൻ ആലപ്പുഴ • കെ എസ് ആർ ടി സി ബസ് സ്റ്റേഷൻ എറണാകുളം • കലൂർ കൊച്ചി • ഐ ജി റോഡ് കോഴിക്കോട് • മാവൂർ റോഡ് കോഴിക്കോട് • എൻ ജി ഒ യൂണിയൻ ബിൽഡിങ് കണ്ണൂർ • സെൻട്രൽ ബസ് ടെർമിനൽ കോംപ്ലക്സ് താവക്കര കണ്ണൂർ • മച്ചിങ്ങൽ ലെയ്ൻ തൃശൂർ

---

CR - VV.29 / 1048 / 2613
ISBN - 978-81-26205-99-8

# മലയാളം
# ഭാഷയും സാഹിത്യവും

എസ് രാജശേഖരൻ

ചിന്ത പബ്ലിഷേഴ്സ്
തിരുവനന്തപുരം-695 035
വില: ₹90

# എസ് രാജശേഖരൻ

1946 ൽ ചേർത്തലയിൽ ജനിച്ചു.

കേരളത്തിലെ വിവിധ കോളേജുകളിൽ അധ്യാപകനായിരുന്നു. ശ്രീ ശങ്കരാ സംസ്കൃത യൂണിവേഴ്സിറ്റിയുടെ തിരുവനന്തപുരം കേന്ദ്രത്തിന്റെ മേധാവിയായിരുന്നു. പുരോഗമന കലാസാഹിത്യസംഘത്തിന്റെ പ്രവർത്തനങ്ങളിൽ നേതൃത്വപരമായ പങ്കു വഹിക്കുന്നു. എഴുപതുകളുടെ ആരംഭം മുതൽ സാഹിത്യ-സാംസ്കാരിക രംഗങ്ങളിൽ പ്രവർത്തിക്കുന്നു.

വിവിധ ആനുകാലികങ്ങളിലായി അഞ്ഞൂറിലേറെ രചനകൾ പ്രസിദ്ധീകരിച്ചു. *കവിതയുടെ ജാതകം, കവിത വെളിച്ചത്തിലേക്ക്, ഞാനിന്നിവിടെപ്പാടും പോലെ, കവിത ഇന്ന്, നോവലിന്റെ വിതാനങ്ങൾ, വൈലോപ്പിള്ളി : കവിതയും ദർശനവും, മലയാളിയുടെ മലയാളം, വൈലോപ്പിള്ളി ശ്രീധരമേനോൻ, പാട്ടുപ്രസ്ഥാനം: പ്രതിരോധവും സമന്വയവും* (സാഹിത്യ വിമർശനം), *നിലാവിന്റെ ക്രൗര്യം, പകലിറങ്ങുമ്പോൾ (കവിതകൾ)* തുടങ്ങിയവയാണ് കൃതികൾ. *ഒ എൻ വിക്കവിത, വൈലോപ്പിള്ളിക്കവിതാസമീക്ഷ, കവിത : വിതയും കൊയ്ത്തും, നമ്മുടെ ഭാഷ* (ഇ എം എസ്), *സർവകലാശാലാ വിദ്യാഭ്യാസം: പുതിയ സമീപനം, സംഘകവിത, അന്തോണിയോ ഗ്രാംഷിയും സാംസ്കാരിക പഠനവും* തുടങ്ങിയ കൃതികളുടെ എഡിറ്റർ.

1991 ലെ തായാട്ട് ശക്തി അവാർഡ്, 2001 ലെ സംസ്കാര കേരളം അവാർഡ് എന്നീ പുരസ്കാരങ്ങൾ.

ഭാര്യ : വി സീതമ്മാൾ

മക്കൾ : എസ് അതുൽരാജ്, എസ് ആദ്യാരാജ്

വിലാസം: സാഹിതി, 42 ശാസ്താ ഗാർഡൻസ്<br>
തൈക്കാട്, തിരുവനന്തപുരം.

# ഉള്ളടക്കം

# 1

# ഭാഷ

**ആ**ശയങ്ങളും അഭിലാഷങ്ങളും പ്രകടിപ്പിക്കുന്നതിന് മനുഷ്യൻ ഉപയോഗിക്കുന്ന വാഗ്രൂപമാണ് ഭാഷ. മനുഷ്യന്റെ സവിശേഷമായ ഈ ആവിഷ്കാരരൂപം ഏതാണ്ട് മനുഷ്യചരിത്രത്തോടൊപ്പം ആരംഭിക്കുകയും മനുഷ്യനോടൊപ്പം വികസിക്കുകയും പുരോഗമിക്കുകയും ചെയ്തെന്നു കരുതാം. മൃഗങ്ങളിൽ നിന്നു വ്യത്യസ്തമായ വിധത്തിൽ സമൂഹജീവിതം ആരംഭിക്കുകയും അതോടൊപ്പം വ്യക്തിബോധം വളരുകയും ചെയ്തതിന്റെ ഫലമായാണ് വാനരൻ നരനായത്. അതോടെയാണ് സവിശേഷമായ ആശയങ്ങളും വികാരങ്ങളും മനുഷ്യനിൽ ഉടലെടുക്കുകയും അവയുടെ ആവിഷ്കാരത്തിന് മറ്റു ജീവികളുടേതിൽ നിന്നു വ്യത്യസ്തമായ വിധത്തിൽ അവന് ഭാഷ ആവശ്യമായിത്തീരുകയും ചെയ്തത്.

ആശയവിനിമയത്തിന് മനുഷ്യന് ഉപാധികളേറെയുണ്ട്. മുഖത്തെ ഭാവഭേദങ്ങളിലൂടെയും അംഗചലനങ്ങളിലൂടെയും ഇങ്ങനെയുള്ള ആശയങ്ങളും വികാരങ്ങളും ആവിഷ്കരിക്കാം. എന്നാൽ, നമ്മുടെ നിത്യവ്യവഹാരത്തിൽ ഏറെ സ്ഥാനമുണ്ടെന്നിരുന്നാലും, അവ നമ്മുടെ ആശയപ്രകടനോപാധിയുടെ വളരെ പ്രാഥമികമായ തലം മാത്രമാണ്. വക്താവിന്റെയും ശ്രോതാവിന്റെയും സന്നിഹിതതയും ദൃശ്യപരതയും ആംഗ്യത്തിലൂടെയുള്ള ആശയാവിഷ്കാരത്തിന് അനിവാര്യമായിത്തീരുന്നു. ഭാഷയെന്നതുകൊണ്ട് ഇന്ന് വിവക്ഷിക്കുന്നത് മനുഷ്യരുടെ മൗഖികവും ശബ്ദാധിഷ്ഠിതവുമായ ആശയ പ്രകടനോപാധിയെയാണ്. മറ്റു ജന്തുക്കളും ശബ്ദഭാഷ ഉപയോഗിക്കുന്നുണ്ട്. കാക്ക, കുയിൽ, പശു, നായ,

പൂച്ച തുടങ്ങിയവ ഉദാഹരണം. എന്നാൽ അവ ശബ്ദമുപയോഗിക്കുന്നത് എന്നും ഒരേ രീതിയിലുള്ള ആശയം വിനിമയം ചെയ്യാനാണ്. വ്യത്യസ്തസാഹചര്യങ്ങളിലോ സന്ദർഭങ്ങളിലോ അവ വ്യത്യസ്തശബ്ദങ്ങൾ പുറപ്പെടുവിച്ചെന്നിരുന്നാലും പുതിയ സാഹചര്യങ്ങൾക്കൊത്ത് പുതിയ ഭാഷകളുണ്ടാകുന്നില്ല. വംശാരംഭത്തിലുള്ള ആശയവിനിമയോപാധികൾ യാതൊരു മാറ്റവുമില്ലാതെ പിൻതുടരുകയാണ് അവ ചെയ്യുന്നത്. മനുഷ്യനാകട്ടെ അനുഭവങ്ങളിലൂടെയും സംസ്കാരത്തിലൂടെയും അനുനിമിഷം വളരുകയും അതിനനുസരിച്ച് ഭാഷയെ നിരന്തരം നവീകരിക്കുകയും ചെയ്യുന്നു. അങ്ങനെയുള്ള വികാസത്തിന്റെയും നവീകരണത്തിന്റെയും വിവിധ ഘട്ടങ്ങളെ പ്രതിനിധാനം ചെയ്യുന്നവയാണ് ഇന്നുള്ള ലോകഭാഷകളെല്ലാം.

സാമൂഹികജീവിയായ മനുഷ്യൻ വ്യക്തിപരവും സാമൂഹികവുമായ ചിന്തകളും വികാരങ്ങളും അനുഭവങ്ങളും മറ്റുള്ളവരോട് പങ്കുവയ്ക്കുന്നതിന് ഭാഷയെ സൃഷ്ടിക്കുകയും അതിന്റെ സഹായം തേടുകയുമാണുണ്ടായത്. അങ്ങനെ സൃഷ്ടിക്കപ്പെട്ട അർത്ഥമുള്ള ശബ്ദസങ്കേതങ്ങളുടെ വ്യൂഹമാണ് ഭാഷ. ആശയവിനിമയത്തിന് അവൻ നിർമ്മിച്ചെടുത്ത സ്വാഭാവികമായ ഉപാധിയാണത്. മനുഷ്യനു ലഭിച്ച ഏറ്റവും വലിയ ഈ മൗലികസിദ്ധി അവന്റെ എല്ലാവിധ വളർച്ചയുടെയും നിദാനമാണ്. ഭാഷയിലൂടെയാണ് മനുഷ്യൻ പുതിയ ആശയലോകങ്ങൾ ചമയ്ക്കുകയും തന്റെ സവിശേഷമായ സിദ്ധികളോരോന്നായി കെട്ടിപ്പടുക്കുകയും ചെയ്യുന്നത്; സർവ്വാതീതവിജയിയായി തന്റെ ജൈത്രയാത്ര തുടരുന്നത്. ദണ്ഡി പറയുന്നതുപോലെ, "ശബ്ദമെന്ന ജ്യോതിസ്സ് പ്രപഞ്ചത്തെയെല്ലാം ദീപിപ്പിക്കുന്നില്ലായിരുന്നെങ്കിൽ ഈ ത്രിഭുവനമാകെ അന്ധവും തമോനിബിഡവുമായിത്തീർന്നേനെ."

സംജ്ഞാപനക്രമത്തിന്റെ ഏറ്റവും വിപുലവും സങ്കീർണവുമായ വിന്യസിക്കലാണ് ഭാഷ. ബോധാബോധതലങ്ങളുടെ സഹായത്തോടെ വിവിധ തലങ്ങളിൽ വ്യത്യസ്ത രീതികളിൽ നടക്കുന്ന ഈ വിന്യാസപ്രക്രിയയിൽ ആശയങ്ങൾ, ഭാവങ്ങൾ അവയുടെ തെരഞ്ഞെടുപ്പ്, ക്രമപ്പെടുത്തൽ, പ്രയോഗം തുടങ്ങിയവ ഉൾപ്പെടുന്നു.

അർത്ഥയുക്തമായ ശബ്ദമാണ് ഭാഷ. ശ്രോതാവിന്, അനുവാചകന് പകർന്നു കൊടുക്കേണ്ട ആശയം/ഭാവം/അനുഭവം എന്നതിനെയാണ് അർത്ഥമെന്നതുകൊണ്ട് ഉദ്ദേശിക്കുന്നത്. ആ അർത്ഥത്തെ വഹിക്കുന്ന ഭാഷാരൂപത്തെ ശബ്ദമെന്നും. ഇവയൊത്തുചേർന്നുണ്ടായ ഭാഷയിലൂടെയാണ്, മുകളിൽ സൂചിപ്പിച്ചതുപോലെ, മനുഷ്യൻ ഇന്നുവരെ നേടിയിട്ടുള്ള വിജ്ഞാനപരമായ ഔന്നത്യവും സാങ്കേതികസൂക്ഷ്മതകളുടെ വൈദഗ്ധ്യവും സാംസ്കാരിക പുരോഗതിയുമാകെ നിർമ്മിക്കപ്പെട്ടിട്ടുള്ളത്.

ആശയവിനിമയത്തിന് ഉപയോഗപ്പെടുത്താറുള്ള ആംഗ്യഭാഷയെക്കുറിച്ച് സൂചിപ്പിച്ചു. അർത്ഥയുക്തമായ സംജ്ഞകൾ തന്നെയാണ് അവ

യും. സവിശേഷമായ അംഗചലനങ്ങൾ, മുഖഭാവങ്ങൾ എന്നിവയിലൂടെ നിർവഹിക്കപ്പെടുന്ന ആ ആശയസംക്രമണത്തിന് പക്ഷേ പരിമിതികളേറെയുണ്ട്. ചില പ്രത്യേക സാഹചര്യങ്ങളിൽ മാത്രം പ്രയോജനപ്പെടുന്ന അവയ്ക്ക് നിലനിൽപ്പ് നൈമിഷികം മാത്രമാണ്. എന്നാൽ, വാക്കാകുന്ന കണ്ണാടിയിൽ പതിച്ച ആശയം ശാശ്വത പ്രതിഷ്ഠ നേടുന്നു.

പ്രാഥമികമായും ആശയവിനിമയത്തിനുള്ള ഉപാധിയാണ് ഭാഷയെന്നതുകൊണ്ട് അതിന്റെ ഉദ്ഭവ-ലക്ഷ്യസ്ഥാനങ്ങൾ പ്രധാനമാണ്. ഉദ്ഭവസ്ഥാനത്തെ വാചികമെന്നും ലക്ഷ്യസ്ഥാനത്തെ ശ്രവണപരമെന്നും വിശേഷിപ്പിക്കാം. വാചിക-ശ്രവണപരസ്ഥാനങ്ങൾ തമ്മിലുള്ള പരസ്പരബന്ധം ഇവിടെ പ്രധാനമാണ്. പറയുന്നയാൾ ഉദ്ദേശിക്കുന്ന ആശയം കേൾക്കുന്നയാളിലെത്തുമ്പോഴേ ഭാഷയുടെ ധർമ്മം നിർവഹിക്കപ്പെടുന്നുള്ളു. പറയുന്നയാൾ സ്വീകരിക്കുന്ന ഭാഷണസങ്കേതങ്ങൾ കേൾക്കുന്നയാളിനും ഗ്രാഹ്യമാകേണ്ടതുണ്ട്. മലയാളം മാത്രമറിയുന്ന ഒരാൾക്ക് ഇംഗ്ലീഷോ ഹിന്ദിയോ ലാറ്റിനോ മനസ്സിലാകാതെ പോകുന്നത് ഈ ഗ്രാഹ്യതയില്ലാത്തതുകൊണ്ടാണ്. ഒരു ഭാഷയിൽത്തന്നെ പുതിയ പദങ്ങളോ ശൈലികളോ ഉണ്ടാകുമ്പോൾ പഴമക്കാർക്ക് അതുൾക്കൊള്ളാൻ കഴിയാതെ പോകുന്നതിനും കാരണം മറ്റൊന്നല്ല. വക്താവിന്റെയും ശ്രോതാവിന്റെയും ഭാഷാപരവും ആശയപരവുമായ നിലവാരവും ഇതിൽ പ്രധാനമാണ്.

വാചികവും ശ്രവണപരവുമായ പ്രതീകങ്ങൾ കൊണ്ടുമാത്രം വക്താവിന്റെ മനോഗതം പൂർണമായും ശ്രോതാവിലെത്തണമെന്നില്ല. സ്വരക്രമീകരണം, ഉച്ചാരണരീതിയിലും ഊന്നലുകളിലും വരുത്തുന്ന വ്യത്യാസം, പദസ്വീകാരത്തിലും പ്രയോഗത്തിലും ചെലുത്തുന്ന സവിശേഷനിഷ്ഠ ഇവയെല്ലാം ആശയസംവേദനത്തിൽ മുഖ്യസ്ഥാനം വഹിക്കുന്നു. ഒരോ വസ്തുവിനെ കുറിക്കുന്നതാണെങ്കിലും വദനം, മുഖം, മോന്ത ഈ പദങ്ങളുടെ അർത്ഥം ഒന്നല്ലെന്ന് വ്യക്തമാണ്. പര്യായപദങ്ങൾ സാങ്കേതികങ്ങളും സാങ്കല്പികങ്ങളും മാത്രമാണെന്നു പറയേണ്ടിവരുന്നത് അതുകൊണ്ടാണ്.

ഭാഷയുടെ, ആശയനിവേദനത്തിനു പര്യാപ്തമായ പ്രാഥമിക ഘടകം പദമാണ്. പദത്തിന് മുകളിൽ സൂചിപ്പിച്ചതുപോലെ ശബ്ദം അർത്ഥം എന്ന് രണ്ട് ഘടകങ്ങളുണ്ട്. ഒരു ആശയത്തെ വിനിമയം ചെയ്യുന്നതിന് ഉപയോഗിക്കുന്ന പദരൂപമാണ് ശബ്ദം. അതിലൂടെ വിനിമയം ചെയ്യപ്പെടുന്ന ആശയത്തെ അർത്ഥമെന്നും പറയാം. അർത്ഥനിവേദനത്തിലൂടെയാണ് ശബ്ദത്തിന്റെ പ്രവർത്തനം പ്രാഥമികതലത്തിലെങ്കിലും പൂർണമാകുന്നത്.

ഭാഷയുടെ ആദിരൂപം എവിടെയും ഭാഷണത്തിന്റേതാണ്, ആശയവിനിമയത്തിനായി അപ്പോഴപ്പോൾ ഉപയോഗിക്കുന്ന ഭാഷണരൂപം. 'ഭാഷതേ ഭാഷ' - പറയുന്നതാണ് ഭാഷ. ഭാഷണത്തിന് മുഖ്യമായും നാവാണ് ഉപയോഗിക്കപ്പെടുന്നതെന്നതുകൊണ്ട് നാവ് എന്നർത്ഥമായ

lingua എന്ന ലത്തീൻ പദത്തിൽ നിന്നുണ്ടായ language എന്ന രൂപം ഭാഷയെ കുറിക്കുന്നതായി.

എന്നാൽ വെറും ആശയ വിനിമയമെന്നതിലും കവിഞ്ഞ് ഭാഷയ്ക്ക് ഉപയോഗമുണ്ടായപ്പോൾ അത് രേഖപ്പെടുത്തിവയ്ക്കുന്ന സമ്പ്രദായമുണ്ടായി. ലേഖനവിദ്യയും ലിപിയും അങ്ങനെ വികസിച്ചു. അതോടെ ഭാഷണരൂപത്തിൽ നിന്ന്, വായ്മൊഴിയിൽ നിന്ന്, വ്യത്യസ്തമായി ലേഖനരൂപവും വരമൊഴിയും ഭാഷയ്ക്കുണ്ടായി. വായ്മൊഴിയാണ് ഏതു ഭാഷയുടെയും ജീവത്തായ രൂപമെന്നിരുന്നാലും സാഹിത്യം, ചരിത്രം, വൈജ്ഞാനികരംഗം, ശാസ്ത്ര സാങ്കേതികവിദ്യകൾ എന്നിവയെയെല്ലാം നിലനിർത്തുന്നതും ചലിപ്പിക്കുന്നതും വരമൊഴിയാണ്. അതുകൊണ്ട് സാധാരണഗതിയിൽ പഠനങ്ങളെല്ലാം തന്നെ വരമൊഴിയെ കേന്ദ്രീകരിച്ചാണ് ഏറെയും നടക്കുന്നത്.

# 2

# മലയാളത്തിന്റെ ആവിർഭാവം

**ലോ**കഭാഷകളെ അവയുടെ ഘടനയെ അടിസ്ഥാനപ്പെടുത്തി വിവിധ കക്ഷ്യകളായും പരസ്പരബന്ധം വച്ചുകൊണ്ട് വിവിധ ഗോത്രങ്ങളായും തിരിക്കാറുണ്ട്. അതിൽ സംശ്ലിഷ്ടകക്ഷ്യയിൽപ്പെടുന്ന ദ്രാവിഡ ഭാഷാഗോത്രത്തിലെ അംഗമായാണ് മലയാളം കണക്കാക്കപ്പെടുന്നത്. തമിഴ്, കന്നട, തെലുങ്ക്, തുളു, ബ്രാഹുയി, ഗോണ്ഡി, കുയി, മാൽത്തോ തുടങ്ങിയവയാണ് ദ്രാവിഡഗോത്രത്തിലെ മറ്റു ഭാഷകൾ. തമിഴ് എന്ന പദത്തിന്റെ സംസ്കൃതീകരിച്ച രൂപമാണ് ദ്രാവിഡം. 'ദ്രാവിഡ' പദത്തിൽ നിന്ന് 'തമിഴ്' ഉണ്ടായി എന്ന് വാദിക്കുന്നവരുമുണ്ട്.

ലോകത്തിലെ പ്രാചീന ഭാഷാഗോത്രങ്ങളിലൊന്നാണ് ദ്രാവിഡം. അതിന്റെ ആദിരൂപത്തെ ആദിദ്രാവിഡഭാഷയെന്നു പറയുന്നു. മുകളിൽ സൂചിപ്പിച്ച വിവിധ ദ്രാവിഡഭാഷകളുടെ സമാനമായ ആദിരൂപത്തെയാണ് അത് കുറിക്കുന്നത്. ഒരു കാലത്ത് പ്രാചീന ഭാരതം (പാക്കിസ്ഥാൻ, അഫ്ഗാനിസ്ഥാൻ, ബംഗ്ലാദേശ് എന്നിവയുൾപ്പെടെയുള്ള) മുഴുവൻ വ്യാപിച്ചിരുന്നതും ഉത്തരഭാരതം ആര്യന്മാർ കൈയടക്കിയതോടെ ദക്ഷിണദേശത്തു മാത്രമായി ഒതുങ്ങിപ്പോയതുമായ ഭാഷയാണ് ആദിദ്രാവിഡമെന്ന് ഭാഷാചരിത്രകാരന്മാർ അഭിപ്രായപ്പെടുന്നു. ഭാഷ എന്ന പദം കൊണ്ട് ഇന്നു നാം വിവക്ഷിക്കുന്ന അർത്ഥമാണ് 'തമിഴ്' എന്നതിന് പ്രചീനകാലത്തുണ്ടായിരുന്നത്. ദക്ഷിണദേശത്താകെ വ്യാപിച്ചിരുന്ന ആദിദ്രാവിഡഭാഷയ്ക്ക് പല ദേശ്യഭേദങ്ങളുമുണ്ടായിരുന്നു. സാമാന്യജനങ്ങളുടെ വ്യവഹാര ഭാഷയായ അങ്ങനെയുള്ള ദേശ്യഭേദങ്ങളാണ് കൊടുന്തമിഴ് എന്നറിയപ്പെട്ടിരുന്നത്. ആദിദ്രാവിഡഭാഷ ക്രിസ്തുവർഷാരംഭ

ത്തിനുമുമ്പുതന്നെ ഉത്തരദ്രാവിഡം, ദക്ഷിണദ്രാവിഡം എന്ന് ശാഖകളായി പിരിഞ്ഞു. അതിൽ ഉത്തരദ്രാവിഡത്തിൽ നിന്ന് ഹളെ കന്നടം (പഴയ കന്നടം) ഉണ്ടായി. ആദിദ്രാവിഡഭാഷയുടെ ഈ വടക്കൻ ശാഖ പിന്നീട് അതുപയോഗിച്ചിരുന്ന വടക്കുകിഴക്കൻ ഭാഗത്ത് തെലുങ്കായും മറ്റു ഭാഗങ്ങളിൽ കന്നടമായും വേർപിരിഞ്ഞു.

തമിഴ് എന്നപേര് പതിച്ചുകിട്ടിയത് ആദിദ്രാവിഡഭാഷയുടെ തെക്കൻ ശാഖയ്ക്കാണ്. ദ്രാവിഡഭാഷകളിൽ ഏറ്റവും പ്രാചീനമായ സാഹിത്യം നിലവിലുള്ളത് തമിഴിനുതന്നെ. ബി സി മൂന്നാം ശതകത്തോടെ അതൊരു സാഹിത്യഭാഷയായി പരിണമിക്കുകയും വ്യാകരണനിയമങ്ങളും മറ്റും സമാഹൃതമാവുകയും ചെയ്തു. അതാണ് ചെന്തമിഴെന്നും ദേശംതോറും വിഭിന്നമായിരുന്ന പ്രാദേശിക സംസാരഭാഷയാണ് കൊടുന്തമിഴെന്നും പണ്ഡിതന്മാർ പൊതുവെ അഭിപ്രായപ്പെടുന്നു. കേരളത്തിൽ നിലവിലിരുന്ന കൊടുന്തമിഴിന്റെ പരിണാമഭേദമാണ് ഇന്നത്തെ 'മലയാളം'.

കേരളത്തിൽ പ്രചരിച്ചിരുന്ന തമിഴ് അറിവിൽപ്പെടുന്ന ആദ്യകാലം മുതൽതന്നെ മറ്റു പ്രദേശങ്ങളിലെ ഭാഷയെ അപേക്ഷിച്ച് ചില സ്വാതന്ത്ര്യങ്ങൾ കാണിച്ചുതുടങ്ങിയതായി കരുതണം. ഈ തനിമകാട്ടലിനെയാവണം 'മലനാടുവഴക്ക'മെന്ന പേരിൽ തൊൽക്കാപ്പിയകാരനും മറ്റും മാറ്റിനിർത്തിയത്. ഇന്നത്തെ മലയാളത്തിന്റെയും ഇന്നത്തെ തമിഴിന്റെയും പൊതുപ്രാഗ്രൂപമായ പഴന്തമിഴിൽ (Proto Tamil) ദേശ്യഭേദം വളരുകയും മറ്റു സാഹചര്യങ്ങൾ അതിനെ ശക്തിപ്പെടുത്തുകയും ചെയ്തതിനെത്തുടർന്നാണ് മലയാളം വ്യത്യസ്തമായൊരു ഭാഷയായി ത്തീർന്നത്.

മലയാളവും തമിഴും ഒരേ ഭാഷയുടെ രണ്ട് വികസിതരൂപങ്ങളാണെന്നും രണ്ടിനും സമാനമായ ഒരു പൂർവദശയുണ്ടായിരുന്നുവെന്നുമുള്ള വസ്തുത അവയുടെ പരസ്പരബന്ധത്തെ സംബന്ധിച്ച ചില വിചിത്രമായ വാദഗതികൾക്ക് കാരണമായിട്ടുണ്ട്. മലയാളത്തിന്റെ മാതാവാണ് തമിഴെന്നും അതല്ല ജ്യേഷ്ഠസഹോദരിയാണെന്നും മറ്റും ചില പണ്ഡിതന്മാർ അഭിപ്രായപ്പെടുകയുണ്ടായി. എഴുത്തച്ഛനെ മലയാള ഭാഷയുടെ പിതാവ് എന്ന് വിശേഷിപ്പിക്കുന്നതുപോലുള്ള സാങ്കല്പികമായ ആരോപണം മാത്രമാണിത്. ഇന്നത്തെ തമിഴിൽ നിന്നല്ല മലയാളമുണ്ടായത്. അവയ്ക്ക് സഹോദരബന്ധമാണുള്ളതെന്ന് വേണമെങ്കിൽ വിശേഷിപ്പിക്കാം. ആദി ദ്രാവിഡഭാഷയുടെ വികസിതവും വ്യത്യസ്തവുമായ രണ്ട് ശാഖകളെന്ന ബന്ധമാണ് തമിഴിനും മലയാളത്തിനുമുള്ളത്.

ആര്യബ്രാഹ്മണരുടെയും സംസ്കൃതത്തിന്റെയും അധിനിവേശവും ആധിപത്യവുമാണ് കേരളത്തിലെ കൊടുന്തമിഴിനെ ഒരു വ്യത്യസ്ത ഭാഷയാക്കി മാറ്റിയ മുഖ്യസാഹചര്യം. എ ഡി ആദ്യശതകത്തിനു മുമ്പുതന്നെ തുടങ്ങിയിരുന്ന ആര്യന്മാരുടെ വരവ് ഒമ്പതാം ശതകത്തോടെ അധിനിവേശത്തിന്റെയും ആധിപത്യത്തിന്റെയും സ്വഭാവം കൈവരിച്ചു. എ ഡി ആയിരാമാണ്ടോടെ കേരളത്തിലും തുളുനാട്ടിലും മുപ്പത്തിരണ്ടു

വീതം ബ്രാഹ്മണഗ്രാമങ്ങൾ സ്ഥാപിച്ചതായി കാണുന്നുണ്ട്. ആര്യബ്രാഹ്മണരുടെ അംഗസംഖ്യയിലുണ്ടായ ആധിക്യവും ഇവിടത്തെ രാഷ്ട്രീയ സാംസ്കാരികരംഗങ്ങളിൽ അവർക്ക് കൈവരിക്കാൻ കഴിഞ്ഞ മേൽക്കോയ്മയും അവരുടെ ഭാഷയായ സംസ്കൃതം കേരളത്തമിഴിൽ അതിയായ സ്വാധീനം ചെലുത്തുന്നതിനു കാരണമായി. ആര്യാധിനിവേശത്തിനുമുമ്പ് കേരളത്തിൽ പ്രചാരത്തിലിരുന്ന ബുദ്ധജൈനമതങ്ങളിലൂടെ പ്രാകൃത ഭാഷ നേരത്തേതന്നെ ചെറിയ തോതിൽ കേരളഭാഷയെ സ്വാധീനിച്ചിരുന്നു. ഇരുവിധ സംസ്കാരസങ്കലനത്തിന്റെ ഫലമായി നാട്ടുഭാഷയും ആര്യഭാഷയും കലർന്ന ഒരു മിശ്രഭാഷാപ്രയോഗം ഇവിടെയുണ്ടായി. ഒരുവശത്ത് അത് കേരളഭാഷയും സംസ്കൃതവും കലർന്ന് മണിപ്രവാളമായപ്പോൾ സംസ്കൃതസ്വാധീനത്തെ ചെറുക്കാൻ ശ്രമിക്കുന്ന നാട്ടുഭാഷാതനിമയ്ക്ക് (പാട്ടുപ്രസ്ഥാനം) മറുവശത്ത് ശ്രമങ്ങൾ തുടർന്നു. എന്നാൽ ഈ രണ്ടു ശാഖകളും പിന്നീട് ഒട്ടേറെ പരിണാമങ്ങൾക്ക് വിധേയമാവുകയും അതിൽനിന്ന് പുതിയൊരു ഭാഷ രൂപമെടുക്കുകയുമാണുണ്ടായത്. സഹ്യപർവതമെന്ന അതിർവരമ്പിലൂടെ തമിഴകവുമായി ഭൂപ്രകൃതി വേറിട്ടൊരു സ്വത്വബോധം പ്രകടിപ്പിച്ചു തുടങ്ങുകയും അതിനനുസരിച്ച് തനതായ ചില (മലനാട്) വഴക്കങ്ങൾ കാട്ടിത്തുടങ്ങുകയും അങ്ങനെ തറവാട്ടിൽ നിന്ന് ഭാഗം പിരിയാനൊരുങ്ങുകയും ചെയ്തിരുന്ന കേരളത്തിലെ കൊടുന്തമിഴിനെ ഒരു പ്രത്യേക ഭാഷയാക്കിത്തീർക്കുന്നതിന് അങ്ങനെ ആര്യാധിനിവേശം പ്രബലമായ കാരണമായി. ആദിദ്രാവിഡഭാഷയുടെ ദക്ഷിണശാഖയായ തമിഴിന്റെ കേരളത്തിലെ ദേശ്യരൂപം സാംസ്കാരികസാഹചര്യങ്ങളുടെ സമ്മർദ്ദവും സംസ്കൃതത്തിന്റെയും പ്രാകൃതത്തിന്റെയും സ്വാധീനതയും ദേശപരമായ വ്യതിരിക്തതയും മറ്റും ഒത്തുചേർന്നപ്പോൾ മലയാളഭാഷയായി പരിണമിക്കുകയാണുണ്ടായത്. തമിഴും മലയാളവും പല വിധത്തിലും ഏറെ അടുത്തു സഹവർത്തിക്കുന്ന ഭാഷകളാണെന്നും രണ്ടും ആദിദ്രാവിഡഭാഷയുടെ സ്വതന്ത്രശാഖകളാണെന്നും അടുത്തകാലംവരെ രണ്ടിനും സമാനമായ ഒരു പൂർവ്വദശയുണ്ടായിരുന്നുവെന്നും ഇത് വ്യക്തമാക്കുന്നു.

മലയാളഭാഷയിലെ ആദ്യകാല രചനകളെക്കുറിച്ച് നമുക്കൊന്നും തന്നെ അറിയാൻ നിവൃത്തിയില്ല. മറ്റേതൊരു ഭാഷയിലേതുമെന്നപോലെ ചില നാടൻ പാട്ടുകളായിരിക്കണം ആദ്യകാല സാഹിത്യരൂപങ്ങൾ. എന്നാൽ അവയെല്ലാംതന്നെ നഷ്ടമായിരിക്കുന്നു. ലിഖിതരൂപത്തിൽ നമുക്ക് കിട്ടിയിട്ടുള്ളത് ഒമ്പതാം നൂറ്റാണ്ടിലും അതിനു ശേഷവുമായി രചിക്കപ്പെട്ട ചില ശിലാശാസനങ്ങളും ചെപ്പേടുകളും മറ്റുമാണ്. അവയാകട്ടെ ജനങ്ങളുടെ സാമാന്യ വ്യവഹാരഭാഷയിൽ നിന്ന് സ്വാഭാവികമായും ഏറെ അകന്നതായിരുന്നു എന്നുവേണം കരുതാൻ. ആനുകാലികങ്ങളിലൂടെയും വിവിധ മാധ്യമങ്ങളിലൂടെയും പരോക്ഷമായ മാനകീകരണത്തിന് (standardisation) നിരന്തരം വിധേയമായിക്കൊണ്ടിരിക്കുന്ന ഇക്കാലത്തുപോലും കോടതി, രജിസ്ട്രാർ ഓഫീസ് തുടങ്ങിയ സ്ഥാപനങ്ങളിലെയും സാധാരണ ജനങ്ങളുടെയും ഭാഷകൾ തമ്മിൽ നിലനിന്നുപോ

രുന്ന വ്യത്യാസം നോക്കിയാൽ ഈ വേർതിരിവ് ഊഹിക്കാവുന്നതാണ്.

എന്നാൽ, ജനങ്ങളുടെ അറിവിലേക്കു വേണ്ടി തയ്യാറാക്കുന്ന ഈ രേഖകൾ അവരുടെ ഭാഷയിൽ നിന്ന് തീർത്തും അന്യമാണെന്ന് കരുതാനും വയ്യ. അങ്ങനെയിരിക്കെ തമിഴിനോട് ഏറെ സാദൃശ്യമുള്ള ഒരു ഭാഷാരൂപമായിരുന്നു കേരളത്തിൽ പ്രചാരത്തിലിരുന്ന കൊടുന്തമിഴെന്നു വ്യക്തമാക്കുന്നതാണ് ഇപ്പറഞ്ഞ ശിലാശാസനങ്ങളും ചെപ്പേടുകളും മറ്റും.

ഈ രേഖകൾ പരിശോധിച്ചാൽ ആദ്യകാലത്ത് അവയിൽ സംസ്കൃതപദങ്ങൾ വളരെ വിരളമായിരുന്നെന്നും തമിഴ് പദങ്ങളുടെയും പ്രയോഗങ്ങളുടെയും ആധിക്യംതന്നെയുണ്ടായിരുന്നെന്നും കാണാം. കാവ്യഭാഷയും ഇതേ പ്രവണത ഇക്കാലത്തു പ്രകടിപ്പിക്കുന്നുണ്ട്. പാണ്ടിത്തമിഴിനോട് ആഭിമുഖ്യം പുലർത്തുന്ന നാടൻ തമിഴിന്റെ പ്രാമുഖ്യമുള്ള പാട്ടുകൃതികൾ ഒരുവശത്തും തമിഴിനോട് ആഭിമുഖ്യം പുലർത്തുകയും സംസ്കൃതത്തിനു പ്രാമുഖ്യം നൽകുകയും ചെയ്യുന്ന മണിപ്രവാളം മറുവശത്തുമായി കേരളത്തിലെ കാവ്യഭാഷ ഇക്കാലത്ത് പരിണാമവിധേയമായിക്കൊണ്ടിരുന്നു. ആദികാലത്തെ പാട്ടുകൃതികളിൽത്തന്നെ, കുറഞ്ഞ തോതിലാണെങ്കിലും, സംസ്കൃതപദങ്ങളുടെ സാന്നിധ്യം കാണാം. ഈ ഭാഷാരൂപങ്ങളിലെല്ലാം സംസ്കൃതപദങ്ങൾ അനുക്രമം ഏറിവരികയും തമിഴ്പദങ്ങൾ കുറയുകയും ചെയ്യുന്നു (മണിപ്രവാളത്തെ സംബന്ധിച്ച് സംസ്കൃതാധീശത്വം കുറയുകയും ആഭിമുഖ്യം തുടരുകയും ചെയ്തു). ഇങ്ങനെ ഏതാണ്ട് എട്ടു നൂറ്റാണ്ടുകാലം നീണ്ട പരിണാമത്തെ തുടർന്നാണ് പതിനാറാം നൂറ്റാണ്ടിന്റെ അന്ത്യത്തോടെ എഴുത്തച്ഛന്റെ 'ഭാഷാക്രമക്കണക്ക്' നമുക്ക് കിട്ടിയത്. തമിഴിനോടുള്ള കടപ്പാട് മറക്കാതെയും സംസ്കൃതാഭിമുഖ്യം നിലനിർത്തുകയും എന്നാൽ അതിന് വിധേയമാകാതെയും കേരളീയസ്വത്വത്തിന് പ്രാമുഖ്യം കൊടുത്തുകൊണ്ടുമുള്ള ഒരു ഭാഷാരീതിയാണ് പതിനാറാം നൂറ്റാണ്ടോടുകൂടി പ്രാബല്യത്തിൽ വന്നത്. ഈ പരിണാമത്തിന്റെ സഫലമായ പൂർത്തീകരണത്തിന്റെ പ്രതിനിധാനമെന്ന നിലയിലാണ് എഴുത്തച്ഛനെ ആധുനിക മലയാളഭാഷയുടെ പിതാവ് എന്ന് വിശേഷിപ്പിക്കുന്നത്. അതിന് ഒരാലങ്കാരിക പ്രയോഗമെന്നതിനെക്കാൾ ഏറിയ പ്രസക്തി കല്പിക്കേണ്ടതുമില്ല. ഭാഷാപരിണാമത്തെ മുൻനിർത്തി തമിഴിൽ നിന്നു വേറിട്ട് സ്വത്വം രൂപീകരിച്ചു വികസിച്ചുവന്ന എ ഡി പതിമൂന്നാം നൂറ്റാണ്ടുവരെയുള്ള കാലത്തെ പ്രാചീനഘട്ടമെന്നും നാടൻതമിഴും മണിപ്രവാളവും പരസ്പരലയത്തിന് ശക്തമായി ശ്രമിച്ചുവന്ന പതിനാലു മുതൽ പതിനാറുവരെയുള്ള നൂറ്റാണ്ടുകളെ മധ്യഘട്ടമെന്നും പതിനാറാം നൂറ്റാണ്ടിന്റെ അന്ത്യംമുതലിങ്ങോട്ടുള്ള കാലത്തെ ആധുനിക ഘട്ടമെന്നും വിശേഷിപ്പിക്കാം. പ്രാചീനഘട്ടത്തിൽ നിന്ന് നമുക്കു കിട്ടിയിട്ടുള്ള രചനകൾ താരതമ്യേന വിരളമാണ്. മധ്യഘട്ടത്തിൽനിന്ന് പാട്ട്, മണിപ്രവാളം ഇവയുടെ പരിണിതരൂപത്തിലുള്ള കുറെ രചനകൾ കിട്ടിയിട്ടുണ്ട്. ആധുനികഘട്ടത്തെ പ്രതിനിധാനം ചെയ്യുന്നവയാണ് മലയാളകൃതികളുടെ തൊണ്ണൂറു ശതമാനത്തിലേറെയും.

# 3

# എഴുത്തും ലിപിയും

**ഭാ**ഷയുടെ മുഖ്യമായ പ്രയോഗം ഭാഷണമാണെന്നിരുന്നാലും മനുഷ്യന്റെ പുരോഗതിയിൽ ഭാഷയ്ക്ക് ഭാഷണത്തിലുംകവിഞ്ഞ ദൗത്യങ്ങൾ ഏറ്റെടുക്കേണ്ടിവരുന്നു. ഭാഷണം പലപ്പോഴും അനിച്ഛാപൂർവകമായും അനാസൂത്രിതമായും സംഭവിക്കുന്നതാണ്; അതിന്റെ കൃത്യം അത് പുറപ്പെടുന്ന നിമിഷത്തിൽ, സന്ദർഭത്തിൽ, മാത്രമായി ഒതുങ്ങുകയും ചെയ്യുന്നു. എന്നാൽ അനിച്ഛാപൂർവകവും നൈമിഷികവുമായ ഭാഷണം പോലും ചിലപ്പോൾ പിന്നീട് ഓർമ്മിച്ചെടുക്കേണ്ടതായോ ഉപയോഗപ്പെടുത്തേണ്ടതായോ വരാം. സംസ്കാരപുരോഗതിക്ക് വിദ്യാഭ്യാസം, ശാസ്ത്രബോധം, സാമൂഹിക ക്രമീകരണം, ഭരണനിർവഹണം എന്നിങ്ങനെ വിവിധ മുഖങ്ങൾ രൂപംകൊണ്ടതോടെ, അതിലുമേറെയായി സ്വന്തം ആശയ-ഭാവാവിഷ്കാരങ്ങൾക്ക് ഒരു ബാഹ്യപ്രതിനിധാനം ആവശ്യമാണെന്ന ബോധം മനുഷ്യനിൽ ശക്തമായതോടെ, ശബ്ദങ്ങളെ അടയാളപ്പെടുത്തി സൂക്ഷിക്കേണ്ടത് ആവശ്യമായിവന്നു. ഭാഷണരൂപമായ മൗഖികശബ്ദങ്ങളെ രേഖപ്പെടുത്തിവയ്ക്കുന്ന പതിവ് അങ്ങനെയുണ്ടായി. അങ്ങനെ രേഖപ്പെടുത്താനുപയോഗിച്ച അടയാളങ്ങളാണ് പിന്നീട് ലിപികളായി വികസിച്ചത്. സംസാരഭാഷ ജനകീയമാണെങ്കിൽ ലിപി അധികാരരൂപമാണെന്നു പറയാം.

എഴുത്തുകലയുടെ ചരിത്രത്തിന് ഏതാണ്ട് അയ്യായിരത്തോളം വർഷത്തെ പഴക്കമാണുള്ളത്. ഈജിപ്തിൽ നിന്നുള്ള ചിത്രലിപികളും മോഹൻജദാരോ, ഹാരപ്പ, മെസപ്പോട്ടേമിയ എന്നിവിടങ്ങളിൽ നിന്നുള്ള ലിപികളുമാണ് കണ്ടുകിട്ടിയവയിൽ ഏറ്റവും പ്രാചീനമായവ. അക്ഷര

ങ്ങളുടെ രൂപീകരണവും അവയുടെ വികാസവും മനുഷ്യന്റെ സർവ്വതോമുഖമായ വളർച്ചയ്ക്ക് ആധാരശിലയൊരുക്കി. മനുഷ്യൻ ഇന്ന് അവന്റെ പ്രപഞ്ചം തന്നെ ചമയ്ക്കുന്നത് അക്ഷരങ്ങളെ അടുക്കിക്കൊണ്ടാണ്; ലിപികളിലൂടെയാണ്.

എഴുത്തുവിദ്യയുടെ ആരംഭം എന്ന്, എവിടെയെന്ന് വ്യക്തമായി പറയാൻ നിർവാഹമില്ല. വേദങ്ങളും മറ്റും കേട്ടുപഠിക്കുകയായിരുന്നു പതിവ്. ശ്രുതി എന്ന പേരുതന്നെ അക്കാര്യം സൂചിപ്പിക്കുന്നുണ്ട്. എന്നാൽ അതിനും മുന്നേ എഴുത്തുവിദ്യ ആരംഭിച്ചിരുന്നു. പതിമൂന്ന് അക്കങ്ങൾ വരെയുള്ള സംഖ്യകളെക്കുറിച്ച് വേദത്തിൽ പരാമർശമുണ്ട്. ബ്രഹ്മാവിനെയും സരസ്വതിയെയും വിഷ്ണുവിനെയും അർദ്ധനാരീശ്വരനെയും മറ്റും പുസ്തകം പിടിച്ചുകൊണ്ടോ പുസ്തകവുമായി ബന്ധപ്പെട്ടോ സങ്കല്പിച്ചിട്ടുള്ളതായി കാണാം. ആ സങ്കല്പനങ്ങളുണ്ടാകുന്നതിനും മുന്നേ പുസ്തകങ്ങളെക്കുറിച്ചുള്ള ബോധം ശക്തമാവുകയും ജീവിതത്തിൽ പുസ്തകത്തിന് ആദരണീയമായ സ്ഥാനം ലഭിക്കുകയും ചെയ്തതായി ഇതു വ്യക്തമാക്കുന്നു. അറബിപണ്ഡിതനായ അൽബറൂണിയുടെ അഭിപ്രായത്തിൽ, എഴുത്തുകല ഇന്ത്യയിൽ കലിയുഗാരംഭത്തിൽ, ബി സി 3101-ൽ ഉദ്ഭവിച്ചിരിക്കണം. അത് ഒരഭിപ്രായം എന്നേ കണക്കാക്കാനാവൂ.

അക്ഷരങ്ങൾ കല്ലിൽ കൊത്തിയുണ്ടാക്കുക, മരത്തിന്റെ തൊലിയിൽ (ഭൂർജ്ജപത്രത്തിൽ) എഴുതുക എന്നിങ്ങനെയായിരുന്നു ആദ്യകാലത്തെ ലേഖനസമ്പ്രദായം. ഇന്ത്യയിൽ ഏറ്റവും പ്രാചീനമായി നമുക്ക് കിട്ടിയിട്ടുള്ളത് സിന്ധുനദീതട നാഗരികതയുടെ ഭാഗമായ ഹാരപ്പാ ലിപിയാണ്. ഹരപ്പാലിപിയിലുള്ള ആയിരക്കണക്കിന് കളിമൺ മുദ്രകൾ കിട്ടിയിട്ടുണ്ട്. എന്നാൽ അത് ഇനിയും പൂർണമായി വായിച്ചെടുക്കാൻ കഴിഞ്ഞിട്ടില്ല. പിന്നീടുള്ളത് മൗര്യന്മാരുടെ കാലത്തിനു തൊട്ടുമുമ്പു നിലവിലിരുന്ന ബ്രാഹ്മിലിപിയാണ്. സിന്ധു ലിപിയുടെ പിൽക്കാലരൂപമാണ് ബ്രാഹ്മി ലിപിയെന്ന് ചില പണ്ഡിതന്മാർ അഭിപ്രായപ്പെടുന്നു. എന്നാൽ ഇവയെ പരസ്പരം ബന്ധിപ്പിക്കുന്ന പരിണാമഘട്ടങ്ങളെക്കുറിച്ചോ ഇടക്കാല ലിപിയെക്കുറിച്ചോ തെളിവൊന്നും കിട്ടിയിട്ടില്ല. ഉത്തരേന്ത്യയിലെ പ്രാകൃതഭാഷ എഴുതുന്നതിന് ഉപയോഗിച്ചിരുന്ന ബ്രാഹ്മിലിപിയാണ് ചില ഭേദഗതികളോടെ സംസ്കൃതവും മറ്റ് ഉത്തരേന്ത്യൻ ഭാഷകളും എഴുതാനുപയോഗിച്ചത്. ശ്രീ ബുദ്ധന്റെ ജീവചരിത്രമായ *ലളിത വിസ്താരത്തിൽ* ബുദ്ധന്റെ കാലത്ത് ഇന്ത്യയിൽ ബ്രാഹ്മിയും ദ്രാവിഡവുമുൾപ്പെടെ 64 ലിപികൾ ഉപയോഗിച്ചിരുന്നതായി പറയുന്നു.

കേരളഭാഷ ഉൾപ്പെടുന്ന ദ്രാവിഡത്തിന് പൈതൃകമായിട്ടുള്ളത് 12 സ്വരവും 18 വ്യഞ്ജനവുമടങ്ങുന്ന അക്ഷരമാലയാണ്. അ ആ ഇ ഈ ഉ ഊ എ ഏ ഐ ഒ ഓ ഔ എന്നീ സ്വരങ്ങളും ക ങ ച ഞ ട ണ ത ന പ മ യ ര ല വ ള ഴ റ ഺ എന്നീ വ്യഞ്ജനങ്ങളും. വ്യഞ്ജനങ്ങളിൽ ആദ്യത്തെ പത്തെണ്ണം വർഗാക്ഷരങ്ങളാണെന്നു പറയാം. സംസ്കൃത

ത്തിൽ ക ഖ ഗ ഘ ങ എന്നിങ്ങനെ ഖരം, അതിഖരം, മൃദു, ഘോഷം, അനുനാസികം എന്ന് അഞ്ചെണ്ണം ചേർന്നാണ് ഒരു വർഗമുണ്ടാകുന്ന തെങ്കിൽ ദ്രാവിഡത്തിൽ ഖരവും അനുനാസികവും മാത്രമാണുള്ള തെന്നതാണ് വ്യത്യാസം. മൃദു അവിടെ ഉച്ചാരണത്തിൽ മാത്രമായി നില കൊണ്ടു. യ ര ല വ ള ഴ റ എന്നിവ മധ്യമങ്ങൾ. ഇവയിൽ ള ഴ റ എന്നിവ ദ്രാവിഡഭാഷകൾക്ക് പ്രത്യേകമായുള്ളവയാണെന്നതിനാൽ ഇവയെ ദ്രാവിഡ മധ്യമങ്ങളെന്ന് പറയാം. ⊥ ഇവയും ദ്രാവിഡത്തിന്റേതായ (വർത്സ്യ) വർഗാക്ഷരങ്ങളാണ്. 'ന' എന്ന ലിപികൊണ്ട് ദന്തനകാരത്തെയും (ഉദാ: നാട്) വർത്സ്യ നകാരത്തെയും (ഉദാ: പന) കുറിച്ചിരുന്നതുകൊണ്ട് വർത്സ്യ നകാരത്തെ (ഩ) അക്ഷരമാലയിൽ പ്രത്യേകം ഉൾപ്പെടുത്താതിരുന്നതാകാം. റകാര നകാരങ്ങൾ കൊണ്ടാണ് ദ്രാവിഡ വർത്സ്യവർഗത്തെ സൂചിപ്പിച്ചുവന്നത്; അറ്റം, ചേന എന്നിങ്ങനെ. എന്നാൽ അവയെ പ്രത്യേകം സൂചിപ്പിക്കുന്നതിന് ലിപി ആവശ്യമാണെന്നതുകൊണ്ട് ⊥, ഩ എന്നിങ്ങനെ കേരളപാണിനി ലിപികൾ നിർദ്ദേശിക്കുകയുണ്ടായി. എങ്കിലും ഇവയിൽ ⊥ എന്നത് മലയാള ലിപിവ്യവസ്ഥയുടെ രൂപഘടനയ്ക്ക് ഒട്ടും യോജിക്കുന്നതല്ലെന്നും 'റ' എന്ന ലിപിയുടെ തിരിച്ചിട്ട രൂപമായ 'U' ആണ് അതിലേക്ക് കൂടുതൽ ഉപയുക്തമായതെന്നും ഈ ഗ്രന്ഥകാരൻ അഭിപ്രായപ്പെട്ടിരുന്നു. (*മലയാളഭാഷ നവീകരിക്കുമ്പോൾ, മാധ്യമം* ആഴ്ചപ്പതിപ്പ്, ഡിസംബർ 13, 2002) രൂപഘടനകൊണ്ടും സ്ഥാനപരമായ അടുപ്പം കൊണ്ടും വർത്സ്യഖരത്തെക്കുറിക്കാൻ 'U' ആണ് കൂടുതൽ യോജിച്ചതെന്നതിനാൽ സാങ്കേതികാർത്ഥത്തിൽ വർത്സ്യഖരലിപിയെ സൂചിപ്പിക്കുന്ന സന്ദർഭത്തിൽ 'U' എന്ന ലിപിയായിരിക്കും ഇവിടെ ഇനി പ്രയോഗിക്കുക.

തെക്കേയിന്ത്യയാകെ ബ്രാഹ്മണാധിനിവേശത്തിനു വിധേയമാവുകയും സംസ്കൃതത്തിന്റെ സ്വാധീനത്തിന് ദ്രാവിഡഭാഷകൾ വശഗമാവുകയും ചെയ്തതോടെ ദ്രമിഡസംഘാതപാഠം എന്നറിയപ്പെടുന്ന തമിഴിന്റെ അക്ഷരമാല അപര്യാപ്തമായിത്തീർന്നു. ഗ്രന്ഥലിപി എന്നറിയപ്പെടുന്ന ലിപിസമ്പ്രദായം സ്വീകരിച്ചുകൊണ്ടാണ് ഈ പ്രതിസന്ധി പരിഹരിച്ചത്. എ ഡി ഏഴാംനൂറ്റാണ്ടു മുതൽ കാഞ്ചീപുരം തലസ്ഥാനമായുള്ള പല്ലവസാമ്രാജ്യത്തിൽ സംസ്കൃതഗ്രന്ഥങ്ങൾ എഴുതുന്നതിന് ഉപയോഗിച്ചിരുന്ന ഒരു പ്രത്യകതരം ലിപി സമ്പ്രദായമാണിത്. ഌ, ൡ, ঋ, ൠ എന്നീസ്വരങ്ങൾ, ശ, ഷ, സ എന്നീ ഊഷ്മാക്കൾ 'ഹ' എന്ന ഘോഷി, വിസർഗം എന്നിവകൂടി ഇതിലൂടെ അധികമായി ലഭിക്കുന്നു. ഇവയിൽ ൡ, ঋ, ൠ എന്നിവ ദ്രാവിഡഭാഷകളിൽ പ്രയോഗത്തിൽ വരാറില്ല. വർഗാക്ഷരങ്ങളിൽ അതിഖരം, മൃദു, ഘോഷം എന്നിങ്ങനെ പതിനഞ്ച് അക്ഷരങ്ങൾകൂടി ഗ്രന്ഥാക്ഷരങ്ങളിലൂടെ മലയാളത്തിലെത്തി. അതോടെ, U, ഩ എന്നീ ദ്രാവിഡവർഗാക്ഷരങ്ങളുൾപ്പെടെ വർഗാക്ഷരങ്ങൾ ആകെ ഇരുപത്തിയേഴായി.

ഗ്രന്ഥലിപിയാണ് മലയാളത്തിന്റെ ലിപിവ്യവസ്ഥയായി പരിണമിച്ചത്.

ഈ പരിണാമത്തോടെ എല്ലാ ദ്രാവിഡാക്ഷരങ്ങളും ഒട്ടെല്ലാ സംസ്കൃതാക്ഷരങ്ങളും ഒരേസമയം എഴുതാൻ കഴിയുന്ന ലിപിവ്യവസ്ഥ മലയാളത്തിന് കൈവന്നു (സ്വരങ്ങളിൽ ഹ്രസ്വമായ എ, ഒ എന്നിവയും വ്യഞ്ജനങ്ങളിൽ ള, ഴ, റ, U , ണ എന്നിവയും സംസ്കൃതത്തിലില്ല). കേരളത്തിൽ നടന്ന ആര്യദ്രാവിഡ സമന്വയത്തിന്റെ ഒരു പരിണതരൂപമാണ് ഗ്രന്ഥലിപി പരിണമിച്ചുണ്ടായ ഇന്നത്തെ ലിപിവ്യവസ്ഥയും അതിന്റെ അക്ഷരമാലയും. ആര്യസംസ്കാരത്തിന്റെ ഒട്ടേറെ അംശങ്ങളെ സ്വാംശീകരിച്ചെങ്കിലും അവയെ തുറന്നു സ്വീകരിക്കാൻ തയ്യാറാകാത്ത തമിഴ്, സ്വന്തം ഭാഷയിലെ ഉച്ചാരണശബ്ദങ്ങളെ മുഴുവൻ ഉൾക്കൊള്ളാൻ കഴിയാത്ത ലിപിവ്യവസ്ഥയിൽ ഇന്ന് ഞെരുങ്ങുന്നതു കാണാം.

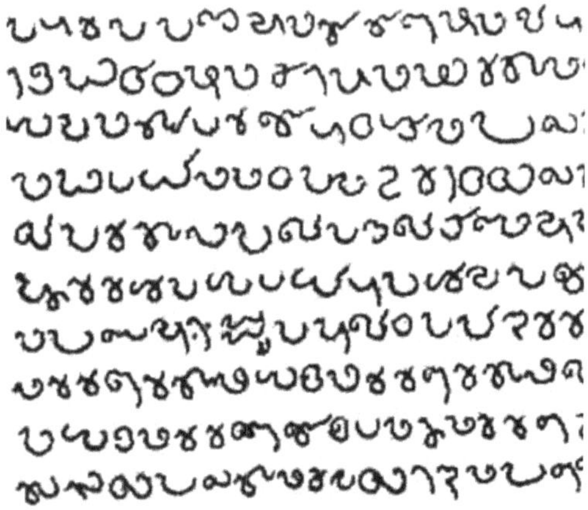

*വട്ടെഴുത്ത്*

ഇന്തോ-ആര്യൻ ഭാഷകൾക്കും മറ്റ് ദ്രാവിഡഭാഷകൾക്കുമെന്നപോലെ ഉച്ചാരണശബ്ദരൂപങ്ങളെ അടിസ്ഥാനമാക്കിയ അക്ഷരമാലയാണ് മലയാളത്തിനുള്ളത് (ഇംഗ്ലീഷ് ഉൾപ്പെടെയുള്ള ഇന്തോ-യുറോപ്യൻ ഭാഷകൾക്ക് അക്ഷരമാലയല്ല, വർണ്ണമാലയാണുള്ളത്. ഭാഷയിലെ മുഴുവൻ ശബ്ദങ്ങളെയും ഉൾക്കൊള്ളാൻ പര്യാപ്തമായ അക്ഷരമാല മലയാളത്തിനുണ്ട്).

മലയാളഭാഷയ്ക്ക് സ്വന്തമായുണ്ടായിരുന്ന ലിപിയാണ് വട്ടെഴുത്ത്. പഴയ മലയാളത്തിന്റെ കാലത്ത് വട്ടെഴുത്താണ് എഴുത്തിനുപയോഗിച്ചിരുന്നത്. പിൽക്കാലത്ത് കോലെഴുത്ത് എന്നു പേരുള്ള മറ്റൊരു ലിപിയും പ്രചാരത്തിൽ വന്നു. വട്ടെഴുത്തിന്റെയും കോലെഴുത്തിന്റെയും സമ്മിശ്രരൂപമായ മലയാണ്മ എന്നൊരു ലിപിയും പിന്നീട് നിലവിലുണ്ടായിരുന്നു. വട്ടെഴുത്തും കോലെഴുത്തും മലയാണ്മയും ദ്രമിഡസംഘാതപാഠത്തിലൊതുങ്ങിയിരുന്നതിനാൽ സംസ്കൃതാക്ഷരങ്ങളെഴുതാൻ ഗ്രന്ഥലിപി ഉപയോഗിക്കേണ്ടിവന്നു. ആര്യ എഴുത്ത് എന്നുകൂടി പേരുള്ള ഗ്രന്ഥലിപിയാണ് ആധുനിക മലയാള ലിപിയായി വികസിച്ചത്. ഗ്രന്ഥലിപിയിലില്ലാത്ത (സംസ്കൃതത്തിന് അന്യമായ) ദ്രാവിഡാക്ഷരങ്ങളെ കുറിക്കുന്നതിന് വട്ടെഴുത്തിൽ നിന്ന് ലിപികൾ സ്വീകരിച്ചു. പത്തൊമ്പതാം നൂറ്റാണ്ടിന്റെ മധ്യത്തിൽ അച്ചടിവിദ്യ വ്യാപകമായതോടെ ഭാരതീയ ലിപികളെല്ലാംതന്നെ അച്ചിന്റെ പരിധിയിലേക്കൊതുങ്ങി. മുമ്പ് (ഓലയിലോ,

മറ്റുപകരണങ്ങളിലോ) എഴുതുന്നയാളിന്റെ രുചിഭേദങ്ങൾക്കനുസരിച്ച് വ്യത്യാസം വന്നുകൊണ്ടിരുന്ന ലിപിരൂപങ്ങൾ അങ്ങനെ വ്യവസ്ഥിതമായിത്തീർന്നു.

പിന്നീട് ലിപിഘടനയിൽ മാറ്റമുണ്ടാകുന്നത് 1970-ലെ ലിപി പരിഷ്കരണത്തോടെയാണ്. ടൈപ്പ്റൈറ്റർ, ലൈൻ കമ്പോസിങ്, മെഷീൻ കമ്പോസിങ് എന്നിവയെ ഉദ്ദേശിച്ചായിരുന്നു കേരളസർക്കാർ ആ പരിഷ്കാരം കൊണ്ടുവന്നത്. അക്ഷരങ്ങൾക്ക് ഘടനയിൽ മാറ്റമൊന്നും വരുത്താതെ ഉ, ഊ എന്നീ സ്വരങ്ങളുടെ മധ്യമചിഹ്നങ്ങൾ (ു, ൂ) എല്ലാ വ്യഞ്ജനത്തോടും ഒരുപോലെ കൂട്ടിച്ചേർക്കുക, കൂട്ടക്ഷരങ്ങളുടെ രണ്ടാമത്തെ ഭാഗം ചന്ദ്രക്കലയിട്ടു വേർതിരിച്ചെഴുതുക ഇവയായിരുന്നു മുഖ്യമായും ഈ പരിഷ്കാരത്തിലുള്ളത്. ഇതോടെ ടൈപ്പുകളുടെ എണ്ണം ഗണ്യമായി കുറയ്ക്കാൻ കഴിഞ്ഞു.

ടൈപ്പ് റൈറ്ററിനെയും ടൈപ്പ് നിരത്തിയുള്ള അച്ചടിയെയും ഉദ്ദേശിച്ചു നടപ്പാക്കിയ ഈ പരിഷ്കാരം ആ മേഖലയിൽ ഒതുങ്ങി നിന്നില്ലെന്നത് ഒരു ന്യൂനതയായിത്തീർന്നു. ടൈപ്പ് റൈറ്റിങ്ങിനും അച്ചടിക്കും പുതിയ ലിപി സ്വീകരിക്കുക, എഴുത്തിന് പഴയ ലിപിതന്നെ തുടരുക എന്ന പ്രായോഗിക സമീപനത്തിനു പകരം വിവേചനമില്ലാതെ പുതിയ ലിപി എല്ലായിടത്തും പ്രയോഗിക്കാൻ തുടങ്ങി. പരിഷ്കരിച്ച ലിപിസമ്പ്രദായം മാത്രമാണ് പുതിയ തലമുറയെ പഠിപ്പിച്ചത്. ഒതുക്കമുള്ളതും എഴുതാനും വായിക്കാനും കൂടുതൽ സൗകര്യപ്രദവുമായ പഴയ ലിപി കൈകാര്യം ചെയ്യാൻ പുതിയ തലമുറയ്ക്ക് സാധിക്കാതെ വരികയും ചെയ്തു.

ലൈൻ കമ്പോസിങ്ങിനും മെഷീൻ കമ്പോസിങ്ങിനും പകരം കമ്പ്യൂട്ടർ ഉപയോഗിച്ചുള്ള ഡി ടി പി സമ്പ്രദായം നടപ്പിലായതോടെ അച്ചടിയിൽ ടൈപ്പുകളുടെ എണ്ണം ഒരു പ്രശ്നമല്ലാതായിട്ടുണ്ട്. പരിഷ്കരിച്ച ലിപിസമ്പ്രദായം ടൈപ്പ്റൈറ്ററുകളുടെ മേഖലയിൽ മാത്രം ഒതുക്കിനിർത്താൻ കഴിയും. ഉകാരത്തോടു ചേർന്ന വ്യഞ്ജനങ്ങളും കൂട്ടക്ഷരങ്ങളും ഒരേ ലിപിരൂപത്തിൽത്തന്നെ അച്ചടിക്കാൻ കഴിയുന്ന സാങ്കേതികവളർച്ച ഇന്ന് കമ്പ്യൂട്ടറിന്റെ സഹായത്തോടെ കൈവന്നിട്ടുണ്ട്. അതുകൊണ്ട് പത്രമാസികകളും പുസ്തകങ്ങളും അച്ചടിക്കുന്നതിന് മലയാള ലിപിഘടനയുടെ ഒതുക്കവും ഭംഗിയുമുള്ള പഴയ ലിപിതന്നെ സ്വീകരിക്കാൻ കഴിയും. കുട്ടികളെ പഠിപ്പിക്കുന്നതും പഴയ ലിപിരൂപം തന്നെയായിരിക്കണം. പിന്നീട് പുതിയ ലിപിസമ്പ്രദായം കൂടി അവരെ പരിചയപ്പെടുത്തുകയാണു വേണ്ടത്.

# 4

# പാട്ടുപ്രസ്ഥാനം

**മു**ന്നേ സൂചിപ്പിച്ചതുപോലെ, ഭാഷയിലെ ആദ്യരചനകളെന്നു പറയാവുന്ന നാടൻപാട്ടുകളൊന്നുംതന്നെ കിട്ടിയിട്ടില്ല. പ്രാക്തനഗാനങ്ങളെന്ന് ചിലരവകാശപ്പെടുന്നവയിൽ പലതിനും ഏറിയാൽ നാനൂറോ അഞ്ഞൂറോ കൊല്ലങ്ങൾക്കപ്പുറം പഴക്കമുണ്ടെന്നു പറഞ്ഞുകൂടാ. അവതന്നെ വായ്പാഠത്തിലൂടെ തലമുറകൾ കൈപകർന്ന് നൂറ്റാണ്ടുകൾ കടന്ന് ഒട്ടേറെ പരിണാമങ്ങൾക്കു വിധേയമായതിനു ശേഷമാകും എഴുതപ്പെട്ടിരിക്കുക. അങ്ങനെ അവയുടെ ആദിരൂപം നിർണയിക്കുക അസാധ്യമായിത്തീർന്നിരിക്കുന്നു. കാലത്തെയോ ചരിത്രപരമായ സാഹചര്യങ്ങളെയോ സൂചിപ്പിക്കുന്ന പരാമർശങ്ങൾ പ്രായേണ വിരളമാണെന്നതും ഈ പാട്ടുകളുടെ കാലനിർണയം വിഷമകരമാക്കുന്നുണ്ട്.

നിത്യജീവിതാനുഭവങ്ങളാണ് പൊതുവെ പാട്ടുകൾക്ക് വിഷയം. അത് വ്യക്തിപരമോ സാമൂഹികമോ ആകാം. തൊഴിലുകൾ, ആഘോഷങ്ങൾ, ആചാരങ്ങൾ, അനുഷ്ഠാനങ്ങൾ, വിനോദം തുടങ്ങി ജീവിതത്തിലെ ഏറ്റവും പ്രധാനപ്പെട്ട നിമിഷങ്ങളുടെ അനുഭവാവിഷ്കാരമാണ് ഈ പാട്ടുകൾ.

ചാഞ്ചാടുണ്ണീ ചരിഞ്ഞാടുണ്ണീ
കുഴഞ്ഞാടുണ്ണീയൊന്നാടാടൂ
ചാഞ്ചോ ചാഞ്ചോ ചാഞ്ചക്കം മരംവെട്ടി
ചതുരത്തിൽ പടിയിട്ട്
അതിന്മേലിരുന്നുണ്ണി ചാഞ്ചാടൂ.

അമ്മാവൻ വന്നീല പത്തായം തുറന്നീല
എന്തെന്റെ മാവേലീ ഓണം വന്നൂ
അമ്മായി വന്നീല നെല്ലൊട്ടു വച്ചീല
എന്തെന്റെ മാവേലീ ഓണം വന്നൂ.

എന്നിങ്ങനെ ജീവിതത്തിലെ ദുഃഖവും യാതനകളും പ്രത്യാശകളും ലോലഭാവങ്ങളുമെല്ലാം ലളിതമായി ഹൃദയത്തിന്റെ ഭാഷയിൽ ആവിഷ്കരിക്കുന്നവയാണ് ഈ പാട്ടുകൾ. വികാരങ്ങളുടെ സ്വച്ഛന്ദമായ ആവിഷ്കാരം എന്ന വിശേഷണം ശരിക്കും അർഹിക്കുന്ന രചനകൾ ഇവയാണ്. ഭാഷയാകട്ടെ സാധാരണ ജനങ്ങളുടെ സംഭാഷണഭാഷയോട് ഏറെ അടുത്തും നിൽക്കുന്നു.

കേരളത്തിലെ ആദ്യകാല സാഹിത്യത്തെക്കുറിച്ചു ചിന്തിക്കുമ്പോൾ ഇവിടെയുണ്ടായ തമിഴ് സാഹിത്യത്തെക്കുറിച്ചു പറയാതിരുന്നുകൂടാ. തമിഴ് സാഹിത്യത്തിന്റെ പ്രാചീനകാലത്തെ വിശിഷ്ടമായ നീക്കിയിരുപ്പുകളെന്നു പറയാവുന്ന സംഘസാഹിത്യത്തിലെ പല കൃതികളും അന്ന് മുത്തമിഴകത്തിന്റെ ഭാഗമായിരുന്ന കേരളത്തിലാണുണ്ടായത്. ചേര ചോള പാണ്ഡ്യദേശങ്ങളടങ്ങുന്ന മുത്തമിഴകത്തിൽ ആദ്യം പരാമൃഷ്ടമാകുന്നത് ചേരമാണെന്നതും ശ്രദ്ധേയമാണ്. കന്യാകുമാരി മുതൽ പമ്പാനദിവരെ വിസ്തൃതി ഉണ്ടായിരുന്ന ആയ് രാജ്യത്തിനു വടക്ക്, കുട്ടനാടുമുതൽ വടക്കേയറ്റത്തുള്ള ഏഴിമല വരെ ചേരരാജ്യം വ്യാപിച്ചു കിടന്നു. ചേരരാജ്യത്തെയും രാജാക്കന്മാരെയും സംബന്ധിച്ച ചരിത്രപരമായ രചനയാണ് *സംഘകാവ്യ*ങ്ങളിലെ ഒരു പ്രധാന കൃതിയായ *പതിറ്റുപ്പത്ത്*. പത്ത് ചേരരാജാക്കന്മാരെ സംബന്ധിച്ച പത്ത് ദശകങ്ങളടങ്ങുന്ന ഈ കൃതിയിൽ ഒന്നാമത്തെയും പത്താമത്തെയും ദശകങ്ങൾ കിട്ടിയിട്ടില്ല. നെടുംചേരലാതൻ മുതൽ ഇളംചേരലിരുമ്പൊറൈ വരെയുള്ള രാജാക്കന്മാരെക്കുറിച്ച് എട്ടു കവികൾ രചിച്ചതാണ് എട്ടു ദശകങ്ങൾ.

*പത്തിറ്റുപ്പത്തി*നു പുറമേ കേരളത്തിലുണ്ടായതും കേരളത്തെ സംബന്ധിക്കുന്നതുമായ *ചിലപ്പതികാര*മുൾപ്പെടെ ഒട്ടേറെ കൃതികളുണ്ട്. തമിഴ് സാഹിത്യത്തിന്റെ പ്രൗഢപാരമ്പര്യത്തിന് നിദർശകങ്ങളായി ഇവ കരുതപ്പെടുന്നു.

നാടൻപാട്ടുകളും പ്രാചീന തമിഴ്കൃതികളും കഴിഞ്ഞാൽ 'പാട്ടുപ്രസ്ഥാന'ത്തിൽപ്പെട്ട കൃതികളാണ് ചരിത്രത്തിൽ കാണുന്നത്. 'പാട്ട്' എന്ന പേര് നാടൻപാട്ടുകളെ അനുസ്മരിപ്പിക്കുമെങ്കിലും ഗാനരൂപമെന്നതിനെക്കാൾ സാഹിത്യകൃതിയെന്ന നിലയ്ക്കുതന്നെയാണ് അവയുടെ സ്ഥാനം. പ്രാചീനകാലത്ത് കേരളത്തിൽ നിലനിന്നിരുന്ന രണ്ട് വ്യത്യസ്ത സാഹിത്യധാരകളെക്കുറിച്ച് മണിപ്രവാളലക്ഷണ ഗ്രന്ഥമായ *ലീലാതിലക*ത്തിൽ പരാമർശിക്കുന്നേടത്താണ് പാട്ടിനെക്കുറിച്ച് ആധികാരികമായ ആദ്യ പരാമർശം കാണുന്നത്. ലക്ഷണഗ്രന്ഥ നിർമ്മിതിക്കു വിഷയമായ മണിപ്രവാളത്തെപ്പോലെതന്നെ അവഗണിക്കാനാവാത്ത സാഹിത്യരൂപമായി അന്ന് പാട്ടുകളും വികസിച്ചു കഴിഞ്ഞിരുന്നുവെന്ന്

പതിനാലാം നൂറ്റാണ്ടിലുണ്ടായ *ലീലാതിലക* പരാമർശം സാക്ഷ്യപ്പെടുത്തുന്നു.

'ദ്രമിഡസംഘാതാക്ഷരനിബന്ധം എതുകമോനവൃത്തവിശേഷയുക്തം പാട്ട്' എന്ന് *ലീലാതിലക*കാരൻ പാട്ടിനെ നിർവചിക്കുന്നു. ദ്രമിഡസംഘാതപാഠം എന്ന തമിഴ് അക്ഷരമാല മാത്രമാണ് പാട്ടിൽ ഉപയോഗിക്കുകയെന്ന് ഇതു വ്യക്തമാക്കുന്നു. ദ്രമിഡസംഘാതാക്ഷരങ്ങളിൽ രചിക്കുന്ന കാവ്യങ്ങൾക്ക് ഇന്നത്തെ മലയാളത്തെക്കാൾ തമിഴിനോടാണ് അടുപ്പം. നമ്മുടെ ദ്വിതീയാക്ഷരപ്രാസത്തോടടുത്തു നിൽക്കുന്ന തമിഴ് പ്രാസമായ എതുക, ഒരുവരിയിലെ അക്ഷരങ്ങളെ രണ്ടു പകുതികളായി തിരിച്ച് ഓരോ പകുതിയും സമാനാക്ഷരങ്ങൾ കൊണ്ടാരംഭിക്കുകയെന്ന ദ്രാവിഡപ്രാസമായ മോന എന്നിവയോടുകൂടി ദ്രാവിഡവൃത്തങ്ങളിൽ രചിക്കുന്ന കൃതിയാണ് പാട്ടെന്നത്രേ നിർവചനസൂത്രത്തിന്റെ സാരം. സംസ്കൃതത്തോട് ആഭിമുഖ്യം പുലർത്തുന്ന മണിപ്രവാളത്തിൽ നിന്നു വ്യത്യസ്തമായി, ദ്രാവിഡത്തിന്റെ തനിമ നിലനിർത്താൻ ശ്രമിച്ചിരുന്ന ഒരു ദേശീയ സാഹിത്യരൂപമായിരുന്നു പാട്ടെന്ന് ഇതു വ്യക്തമാക്കുന്നു. സംസ്കൃതാധിനിവേശത്തിനെതിരായ പ്രതിരോധസ്വഭാവമായിരുന്നു അതിന്റെ ആധാരശില. എന്നാൽ ക്രമേണ പ്രതിരോധം ദുർബലമാവുകയും അധിനിവേശകനും പ്രതിരോധകനും പരസ്പരം രഞ്ജിപ്പിലെത്തുകയും ചെയ്തു, അങ്ങനെ ആര്യദ്രാവിഡ സമന്വയം പുതിയൊരു സംസ്കാരവിശേഷത്തിന് ജന്മം നൽകുകയും പുതിയൊരു ഭാഷയ്ക്കും സാഹിത്യത്തിനും രൂപം നല്കുകയും ചെയ്തു. മലയാളഭാഷാ രൂപീകരണത്തിലെ ഒരു പ്രധാന ഘട്ടത്തെയാണ് പാട്ടുസാഹിത്യത്തിന്റെ ചരിത്രം പ്രതിനിധാനം ചെയ്യുന്നത്.

നാടൻ പാട്ടുകളെന്നപോലെ പാട്ടുപ്രസ്ഥാനത്തിലെ ആദ്യരചനകളും എന്നുണ്ടായി എന്ന് നിർണയിക്കാൻ നിർവാഹമില്ല. ഒരുപക്ഷേ കേരളഭാഷയുടെ ആവിർഭാവത്തോടൊപ്പംതന്നെ ആവാം പാട്ടുപ്രസ്ഥാനവും രൂപംകൊണ്ടത്. ആദ്യകാലകൃതികൾ നഷ്ടപ്പെട്ടതായി വേണം കരുതാൻ. കിട്ടിയിട്ടുള്ളതിൽ ആദ്യകൃതി *രാമചരിത*മെന്ന ബൃഹത്കാവ്യമാണ്. ഏതെങ്കിലുമൊരു ഭാഷയിൽ ഒരു ബൃഹത്കാവ്യം തന്നെ ആദ്യമുണ്ടാകുകയെന്നത് സ്വാഭാവികമല്ലാത്തതിനാൽ ഒട്ടുവളരെ കൃതികൾ രാമചരിതത്തിനും മുന്നേ ഉണ്ടായിരിക്കണം.

*യുദ്ധകാണ്ഡ*ത്തിനു പ്രാമുഖ്യം നൽകിക്കൊണ്ട് *രാമായണ*കഥ പറയുകയാണ് രാമചരിതകാരൻ ചെയ്യുന്നത്. 'ചീരാമ'നാണ് ഗ്രന്ഥകാരനെന്ന് കവി തന്നെ പറയുന്നുണ്ട്. 'ആതിതേവനിലമിഴ്ന്ത മനകാമ്പുടയ ചീരാമൻ.' ചീരാമനെന്നത് ശ്രീരാമനെന്നും അല്ല ശിവരാമനാണെന്നും മറ്റും ചിലർ തർക്കമുന്നയിക്കാറുണ്ടെങ്കിലും, കവി തന്നെ രേഖപ്പെടുത്തുന്ന ചീരാമനെന്ന പേരുകൊണ്ട്, മറിച്ചെന്തെങ്കിലും തെളിവു കിട്ടുന്നതുവരെ, നമുക്ക് തൃപ്തിയടയാവുന്നതാണ്. പന്ത്രണ്ടാം ശതകത്തിന്റെ അന്ത്യത്തിലോ പതിമൂന്നാം ശതകത്തിന്റെ ആരംഭത്തിലോ ആണ്

*രാമതചരിത*മുണ്ടായതെന്നും കരുതപ്പെടുന്നു.

പൊതുവെ 11 പാട്ടുകൾ വീതമുള്ള 164 പടലങ്ങൾ (അധ്യായങ്ങൾ) അടങ്ങുന്ന കാവ്യമാണ് രാമചരിതം. ചില പടലങ്ങളിൽ പന്ത്രണ്ടും ചുരുക്കം ചിലേടത്ത് പത്തും പാട്ടുകൾ കാണാം. ആകെ 1814 പാട്ടുകൾ.

ഊനമറ്റെഴുമിരാമചരിതത്തിലൊരുതെ-
ല്ലൂഴിയിൽ ചെറിയവർക്കറിയുമാറുരചെയ്‌വാൻ...

എന്ന് കാവ്യാരംഭത്തിൽ പറയുന്നതിൽനിന്നും രാമകഥ പൂർണ്ണമായി പറയുക തന്റെ ലക്ഷ്യമല്ലെന്നും 'ഊഴിയിൽച്ചെറിയവരാ'യ സാധാരണക്കാരെ ഉദ്ദേശിച്ചാണ് കാവ്യരചന നടത്തുന്നതെന്നും കവി വ്യക്തമാക്കുന്നുണ്ട്. പാമരന്മാരായ സാധാരണക്കാരെ ലക്ഷ്യമാക്കി കാവ്യം രചിക്കുകയെന്നത് പാട്ടുപ്രസ്ഥാനത്തിലെ കവികളെല്ലാം ഒരു മുദ്രാവാക്യം പോലെ ഏറ്റെടുത്തിട്ടുണ്ടെന്നതും ഇവിടെ ഓർക്കേണ്ടതുണ്ട്.

ദ്രമിഡസംഘാതപാഠത്തിൽ രചിച്ചിരിക്കുന്നതുകൊണ്ടും തമിഴ് നിയമങ്ങളോട് കുറെയൊക്കെ ചേർന്നുപോകുന്നതുകൊണ്ടും തമിഴാണെന്നു തോന്നിക്കാവുന്നൊരു ഭാഷയാണ് *രാമചരിത*ത്തിലുള്ളത്. എന്നാൽ തമിഴിൽ നിന്ന് വളരെയേറെ അകന്നുകഴിഞ്ഞൊരു ഭാഷയാണതെന്നു വ്യക്തം. പാട്ടിനു പറയുന്ന ലക്ഷണങ്ങൾ നിഷ്കൃഷ്ടമായി പിൻതുടരുന്ന കൃതിയാണ് *രാമചരിതം*. അടുത്തകാലത്ത് *തിരുനിഴൽമാല* കണ്ടെടുക്കുന്നതുവരെ അങ്ങനെയുള്ള ഒരേയൊരു കൃതിയെന്ന സ്ഥാനവും *രാമചരിത*ത്തിനുണ്ടായിരുന്നു. ദ്രമിഡസംഘാതപാഠത്തിനു വേണ്ടിയുള്ള ശാഠ്യം തുടരുമ്പോൾത്തന്നെ തദ്ഭവരീതിയിലും തത്സമ രീതിയിലും ധാരാളം സംസ്കൃതപദങ്ങൾ സ്വീകരിക്കുന്ന രീതി രാമചരിതത്തിൽ കാണാം. പദങ്ങളിൽ മാത്രമല്ല പ്രമേയത്തിലും കാവ്യസങ്കല്പത്തിലുമെല്ലാം ഈ കൃതി സംസ്കൃതത്തെ അനുവർത്തിക്കുകയാണു ചെയ്യുന്നത്. പാട്ടു പ്രസ്ഥാനകൃതികളെല്ലാംതന്നെ ദ്രാവിഡസ്വത്വത്തോടും കേരളീയതയോടും ആഭിമുഖ്യം പുലർത്തുമ്പോഴും സംസ്കൃത പുരാണേതിഹാസങ്ങളിൽ നിന്ന് വിഷയം സ്വീകരിച്ച അവ ഒരുവിധത്തിൽ ആര്യമഹത്വപ്രഖ്യാപനങ്ങളായിരുന്നുവെന്നത് സംസ്കാരപഠനത്തിൽ വളരെ പ്രധാനമാണ്.

ഭാഷാപരമായി നമ്മിൽനിന്ന് ഏറെ അകന്നു നിൽക്കുന്നെങ്കിലും കാവ്യമെന്ന നിലയിൽ മികച്ചസ്ഥാനം വഹിക്കുന്ന കൃതിയാണ് *രാമചരിതം*. *യുദ്ധകാണ്ഡ* സന്ദർഭത്തിൽ നിന്നുകൊണ്ട് *രാമായണകഥ*യിലെ മുഖ്യസന്ദർഭങ്ങളെയെല്ലാം കാവ്യത്തിൽ പുനഃസൃഷ്ടിക്കുന്ന രാമചരിതകാരൻ അസാധാരണ സിദ്ധിവൈഭവവും കാവ്യമർമ്മജ്ഞതയും പ്രകടിപ്പിക്കുന്നു. രാമകേന്ദ്രിതമായ കഥയിൽ രാമന്റെയെന്നപോലെ സീത, രാവണൻ, മണ്ഡോദരി, ലക്ഷ്മണൻ തുടങ്ങിയ കഥാപാത്രങ്ങളുടെയും മനോവ്യാപാരങ്ങളെ സൂക്ഷ്മമായി പിന്തുടരാൻ കവി ശ്രദ്ധവയ്ക്കുന്നതു കാണാം. ഏകപാത്രകേന്ദ്രിതമായ കഥാഘടനയെപ്പോലും ബഹുസ്വരമാക്കാനുള്ള കവിത്വനിഷ്കർഷ ഇതിലുണ്ട്.

അടൽക്കുവന്തനുമൻ നെഞ്ചി-
ലകമ്പനൻ പൊഴിന്താനമ്പാൽ
തുടുക്കനയെങ്കുമൊക്ക-
ത്തൂവലും മുഴുകുംവണ്ണം
അടുത്ത പോതചോകിൻ കൂട്ട-
മചലത്തെപ്പൊതിന്തപോലെ
കടുത്ത ചെങ്കരുതി പായ്ന്തു
കലർന്തു മെയ് വിളങ്ങീതെങ്കും

എന്ന് ഹനുമാനെ അകമ്പനൻ ആക്രമിക്കുന്ന ഭാഗം *രാമചരിത*ത്തിലെ വിടെയും നിറഞ്ഞുനിൽക്കുന്ന ആവിഷ്കാരചാതുരിക്ക് ഉദാഹരണമാണ്. വീരരസപ്രധാനമായ കാവ്യത്തിൽ വിവിധ ഭാവങ്ങൾ ആവിഷ്കരിക്കുന്നതിലും ജീവിത സന്ദർഭങ്ങളുടെ സൂക്ഷ്മചിത്രണത്തിലും കവിയുടെ അസാധാരണവൈദഗ്ദ്ധ്യം പ്രകടമാണ്. ഭാഷാചരിത്രപരമായി മാത്രമല്ല സാഹിത്യചരിത്രപരമായും മലയാളത്തിന്റെ അമൂല്യനിധി തന്നെയാണ് *രാമചരിതം.*

പാട്ടുപ്രസ്ഥാനത്തിന്റെ നിർവചനം ഏതാണ്ട് *രാമചരിത*ത്തെപ്പോലെതന്നെ പിൻതുടരുന്ന കാവ്യമാണ് *തിരുനിഴൽമാല.* ആറന്മുള ക്ഷേത്രത്തിലെ തിരുനിഴൽച്ചൊല്ല് എന്ന അനുഷ്ഠാനകലയെ ആസ്പദമാക്കിയുള്ള കൃതിയാണിത്. ക്ഷേത്രത്തിലെ ഭഗവാനായ കണ്ണന് നൽകുന്ന ബലി ('നിഴൽ') ആണ് കാവ്യവിഷയം. 539 ഈരടികളും 97 പാട്ടുകളുമുള്ള ഈ കൃതി അക്കാലത്ത് ക്ഷേത്രങ്ങൾക്ക് സമൂഹത്തിലുണ്ടായിരുന്ന ഉന്നത സ്ഥാനത്തെ സൂചിപ്പിക്കുന്നു. മറ്റ് പാട്ടുസാഹിത്യകൃതികൾപോലെ *തിരുനിഴൽമാല* പുരാണേതിഹാസങ്ങളിൽ നിന്ന് ഇതിവൃത്തം സ്വീകരിച്ചിട്ടില്ലെങ്കിലും ആര്യദൈവങ്ങളുടെയും ക്ഷേത്രങ്ങളുടെയും പ്രകീർത്തനങ്ങളെന്ന നിലയിൽ വിഷയപരമായ ആര്യത്വം നിലനിർത്തുകയും രൂപരചനാപരമായി ദ്രാവിഡനിഷ്ഠകളിലൂന്നുകയും ചെയ്യുന്നു.

'ഗോവിന്നെൻ ചൊൽ തിരുനിഴെൽമാല' എന്ന് കവി സ്വന്തം പേരു രേഖപ്പെടുത്തുന്നുണ്ട്. പതിമൂന്നാം ശതകത്തിലോ പതിനാലാം ശതകത്തിലോ ആയിരിക്കണം ഈ കൃതിയുടെ രചന. ദ്രമിഡസംഘാതപാഠം പൂർണ്ണമായും പിൻതുടരുന്ന കൃതിയിൽ വളരെവിരളമായി കടന്നുകൂടിയിട്ടുള്ള ഗ്രന്ഥാക്ഷരങ്ങൾ രചനയിലേതോ പകർപ്പെഴുത്തിലേതോ എന്ന് തീർച്ചപറയാനാവില്ല. *രാമചരിതഭാഷ*യിലേതിനെക്കാൾ കുറച്ചുകൂടി വികാസം സംഭവിച്ച ഭാഷയാണ് *തിരുനിഴൽമാല*യിലേത്. രചനാകാലത്ത് ആറന്മുളക്ഷേത്രത്തിൽ നടന്നിരുന്ന ബലികർമ്മങ്ങളുടെ വിശദമായ വിവരണം ഇതിലുണ്ട്. അക്കാലത്തെ ആചാരങ്ങളെക്കുറിച്ചും വിവിധ ജനവിഭാഗങ്ങളെക്കുറിച്ചും അവർ പുലർത്തിയിരുന്ന പരസ്പരബന്ധത്തിന്റെ സ്വഭാവവിശേഷങ്ങളെക്കുറിച്ചും ജീവിതരീതിയെക്കുറിച്ചും ഒട്ടേറെകാര്യങ്ങൾ മനസ്സിലാക്കാൻ സഹായിക്കുന്ന കൃതിയാണിത്. രച

നാഭംഗിയിലെന്നപോലെ ആവിഷ്കാര രീതിയിലും ഏറെ മികച്ചുനിൽക്കുന്ന *തിരുനിഴൽമാല*യിൽ അപഗൂഹനം ചെയ്യപ്പെട്ട മേഖലകൾ ഒട്ടേറെയാണ്. നാടോടിവിജ്ഞാനീയത്തിന്റെ (folkloristics) മേഖലയിൽ ഈ കൃതിക്ക് വിപുലമായ സാധ്യതകളാണുള്ളത്. ഇതെല്ലാം വിശദമായ പഠനം അർഹിക്കുന്നു.

പതിനഞ്ചാം നൂറ്റാണ്ടിലേതെന്നു കരുതപ്പെടുന്ന *നിരണംകൃതിക*ളാണ് പിന്നീട് നാം കാണുന്നത്. തിരുവല്ലയ്ക്കടുത്തുള്ള നിരണംദേശത്തെ രാമൻ എന്ന കവിയുടെ *കണ്ണശ്ശരാമായണ*മെന്നറിയപ്പെടുന്ന രാമായണത്തിൽ കവി തന്റെ മാതുലരെയും മാതാമഹനെയും കുറിച്ചു പറയുന്നതിൽ നിന്ന് അവരെക്കൂടിയുൾപ്പെടുത്തി 'നിരണംകവികൾ' എന്നൊരു പരമ്പര സാഹിത്യചരിത്രകാരന്മാർ രൂപപ്പെടുത്തുകയാണ് ചെയ്തത്. തന്റെ അമ്മയുടെ അച്ഛൻ മഹാഗുരുവരനും ഉഭയകവീശ്വരനുമായ കരുണേശനാണെന്നും അദ്ദേഹത്തിന് വിദ്യാധിപരായ രണ്ട് ആൺമക്കളുണ്ടായിരുന്നെന്നും അവരുടെ മൂന്ന് സഹോദരിമാരിൽ ഇളയവളുടെ മകനാണ് താനെന്നുമാണ് രാമൻ സ്വന്തം കൃതിയിൽ സാക്ഷ്യപ്പെടുത്തുന്നത്. *കണ്ണശ്ശരാമായണ*ത്തോട് പലവിധത്തിലും സാദൃശ്യം പുലർത്തുന്ന മലയിൻകീഴ് മാധവന്റെ *ഭാഷാഭഗവദ്ഗീത*യും വെള്ളാങ്ങല്ലൂർ ശങ്കരന്റെ *ഭാരതമാല*യും കൂടി ചേർത്തുവച്ച് അവ രാമന്റെ മാതുലന്മാരുടെ കൃതികളാണെന്നും പണ്ഡിതന്മാർ വിധിച്ചു. ഇങ്ങനെ കരുണേശൻ, മാധവൻ, ശങ്കരൻ, രാമൻ എന്നിവരടങ്ങുന്ന 'കണ്ണശ്ശപ്പണിക്കന്മാ'രുടെ ഒരു പരമ്പര 'സങ്കല്പേന സമർപ്പിത'മായി. ഉഭയകവീശ്വരനും മഹാഗുരുവരനുമായ കരുണേശൻ കണ്ണശ്ശപരമ്പരയുടെ സ്ഥാപകനായി കല്പിക്കപ്പെട്ടെങ്കിലും അദ്ദേഹത്തിന്റേതായി ഒരു കാവ്യവുമില്ലെന്നത് ഈ സങ്കല്പനത്തിന് തടസ്സമായില്ല. രാമന്റെ മാതുലന്മാരായിരുന്നു മാധവനും ശങ്കരനുമെങ്കിൽ തന്റെ പൂർവികരെക്കുറിച്ച് അഭിമാനം കൊള്ളുന്ന രാമൻ അവരെക്കുറിച്ചോ അവരുടെ കാവ്യങ്ങളെക്കുറിച്ചോ പരാമർശിക്കാതിരിക്കില്ല എന്ന കാര്യവും ഈ സങ്കല്പനത്തിൽ പരിഗണനയിലെത്തിയില്ല.

നിരണത്തു രാമന്റേതായി *രാമായണം, ഭാരതം, ഭാഗവതം, ശിവരാത്രി മാഹാത്മ്യം* എന്നീ കൃതികൾ കിട്ടിയിട്ടുണ്ട്. വെള്ളാങ്ങല്ലൂർ ശങ്കരന്റെ *ഭാരതമാല*യും മലയിൻകീഴ് മാധവന്റെ *ഭാഷാഭഗവദ്ഗീത*യും എല്ലാ വിധത്തിലും *രാമായണ*ത്തോടും മറ്റും അടുത്തുനിൽക്കുന്നു. കാവ്യവിഷയസ്വീകാരം, വൃത്തഘടന, ആവിഷ്കാര സമ്പ്രദായം, പദരചനാരീതി, അക്ഷരമാലാസ്വീകാരം എന്നിങ്ങനെ ഒട്ടുമിക്ക കാര്യങ്ങളിലും ഇവ തമ്മിലുള്ളത് അസാധാരണ സാദൃശ്യമാണ്. ഏകകർത്തൃകമെന്നുപോലും സങ്കല്പിക്കാൻ പ്രേരിപ്പിക്കുന്ന ഈ സാദൃശ്യമാണ് ഈ കവികളുടെ കുടുംബബന്ധമായി ആരോപിക്കാൻ വഴിയൊരുക്കിയത്. എന്നാൽ കരുണേശനെന്ന മഹാഗുരുവരന്റെയോ അല്ലെങ്കിൽ പിൻതുടർച്ചക്കാരനായ രാമന്റെയോ ശിഷ്യപരമ്പരയിൽപ്പെട്ടവരാണ് ശങ്കരനും

മാധവനുമെന്നും 'ഗുരുത്വ'പരമായ ബന്ധമാണ് ('നിരണം സ്കൂൾ'). കാവ്യങ്ങളുടെ രചനാസാദൃശ്യത്തിനു കാരണമെന്നും കരുതുകയാണ് യുക്തി. ഏറെ അകലെ സ്ഥിതിചെയ്യുന്ന മലയൻകീഴിനെയും വെള്ളാങ്ങല്ലൂരിനെയും നിരണവുമായി ഘടിപ്പിക്കുന്നതും ഈ ബന്ധം തന്നെയാവണം.

പാട്ടുപ്രസ്ഥാനത്തിന്റെ നിയാമകസ്വഭാവങ്ങളെല്ലാം പിൻതുടരുന്ന നിരണം കൃതികൾ, പക്ഷേ, ദ്രമിഡസംഘാതപാഠനിബദ്ധതയെന്ന അതിന്റെ മുഖസ്വഭാവംതന്നെ ഉപേക്ഷിച്ചതായി കാണാം. കേരളത്തിന്റെ രാഷ്ട്രീയ-സാംസ്കാരിക വികാസത്തിൽ ഒഴിവാക്കാനാവാത്ത ശക്തിയായി ആര്യമേധാവിത്വം പരിണമിച്ചതിന്റെ സൂചനയാണിത്. ആര്യസംസ്കാരത്തിന്റെ മറ്റു ചിഹ്നങ്ങളെയെന്നപോലെ സംസ്കൃതഭാഷയെയും അതിന്റെ അക്ഷരമാലയെയും ഉൾക്കൊള്ളാൻ കേരളം നിർബന്ധിതമായി. പാട്ടുഭാഷയെ ആധുനികമലയാളമാക്കി വികസിപ്പിക്കുന്നതിൽ നിർണായകമായ സംഭാവനയെന്നോ ഒരെടുത്തുചാട്ടമെന്നോ വിശേഷിപ്പിക്കാവുന്നതാണ് നിരണംകൃതികളിലേത് ("എഴുത്തച്ഛന്റെ ഭാഷ ഒരെടുത്തുചാട്ടമായിരുന്നില്ല" - ഡോ: കെ എൻ എഴുത്തച്ഛൻ). എതുക, മോന, ദ്രാവിഡവൃത്തസ്വീകാരം, അന്താദിപ്രാസം എന്നിങ്ങനെ ദ്രാവിഡത്വത്തിന്റേതായ മറ്റു സവിശേഷതകളെല്ലാം ഈ കൃതികൾ നിലനിർത്തുകയും ചെയ്യുന്നുണ്ട്.

*വാല്മീകിരാമായണ*ത്തിന്റെ കേരളത്തിലെ ആദ്യത്തെ അവതാരമെന്നു വിശേഷിപ്പിക്കാവുന്ന കൃതിയാണ് *കണ്ണശ്ശരാമായണം. രാമായണം* തർജ്ജമ ചെയ്യുമ്പോൾ അതിന് രാമചരിതകാരൻ മുതലിങ്ങോട്ടുള്ളവരെല്ലാം സ്വീകരിച്ചു പോരുന്ന പാട്ടുസാഹിത്യത്തിന്റെ തനതായൊരു രീതിയാണ് കവി കൈക്കൊണ്ടത്. അത്യാവശ്യം വേണ്ടിടത്ത് നേർപരിഭാഷ നടത്തുക, അനിവാര്യമല്ലാത്തവ പാടേ ഒഴിവാക്കുക, കൂടുതൽ വ്യക്തതയും ദീപ്തിയും നൽകുന്നതിനുവേണ്ടി മറ്റു കാര്യങ്ങളിൽ നിന്ന് ഉചിതമായ ഭാഗങ്ങൾ സ്വീകരിക്കുക, കാവ്യഭാഗങ്ങളെ ആവശ്യംപോലെ സ്വന്തം കല്പനകൾകൊണ്ട് പ്രഫുല്ലവും സാന്ദ്രവുമാക്കുക - എന്നിങ്ങനെ എഴുത്തച്ഛന്റെ പരിഭാഷാരീതിയുടെ സവിശേഷതയായിപ്പറയുന്നവയെല്ലാംതന്നെ മുഴുവൻ പാട്ടുകവികളുടെയും സവിശേഷതയാണ്. രാമനും ശങ്കരനും മാധവനുമെല്ലാം ഈ സ്വഭാവവിശേഷം നിലനിർത്തുകയും ചെയ്യുന്നു.

*വാല്മീകി രാമായണ*ത്തിലെ ഇരുപത്തിനാലായിരം വരുന്ന ശ്ലോകങ്ങൾ 3059 പാട്ടുകളിലായി കണ്ണശ്ശൻ സംക്ഷേപിച്ചിരിക്കുന്നു. കഥാഗൗരവമോ ആശയഗരിമയോ നഷ്ടപ്പെടാതെയുള്ള ഈ സംക്ഷേപണം കവിക്ക് തന്റെ മാധ്യമത്തിലുള്ള കൃതഹസ്തത വെളിവാക്കുന്നു. പിന്നീട് എഴുത്തച്ഛന് *അധ്യാത്മരാമായണം* വിവർത്തനം ചെയ്യാൻ പാകത്തിൽ ഒരു മാതൃക നിർമ്മിച്ചുവയ്ക്കുകകൂടിച്ചെയ്തു അദ്ദേഹം.

ഇടിവെട്ടീടും വണ്ണം വിൽമുറിഞ്ഞൊച്ചകേട്ടു

നടുങ്ങീ രാജാക്കന്മാരുരഗങ്ങളെപ്പോലെ
മൈഥിലി മയിൽപ്പേടപോലെ സന്തോഷം പൂണ്ടാൾ...

എന്ന *സീതാസ്വയംവരഭാഗം കണ്ണശ്ശരാമായണ*ത്തിലെ

നരപാലകർ ചിലരതിനു വിറച്ചാർ
നലമുട ജാനകി സന്തോഷിച്ചാൾ
അരവാദികൾ ഭയച്ചീടുമിടിദ്ധ്വനി-
യാൽ മയിലാനന്ദിപ്പതുപോലെ

എന്ന പ്രയോഗത്തിന്റെ അനുവർത്തനം മാത്രമാണെന്നറിയുമ്പോൾ *കണ്ണശ്ശരാമായണ*ത്തിന്റെ മികവും പ്രാധാന്യവും വ്യക്തമാകുന്നു.

"സംക്ഷേപണകലയിൽ ഒരു മഹാത്ഭുതമെന്നു വിശേഷിപ്പിക്കപ്പെടുന്ന എഴുത്തച്ഛന്റെ *ഭാരതം കിളിപ്പാട്ടി*ന് ഒരു ഡിസൈനും സ്കെച്ചും ശങ്കരൻ ഉണ്ടാക്കിക്കൊടുത്തു" എന്ന് പ്രൊഫ. എൻ കൃഷ്ണപിള്ള വിശേഷിപ്പിക്കത്തക്കവിധം മഹത്തരമായ കൃതിയാണ് *ഭാരതമാല*. ഒന്നേകാൽ ലക്ഷത്തോളം വരുന്ന ശ്ലോകങ്ങളുള്ള *മഹാഭാരതം ഭാരതമാലാ*കാരൻ 1371 പാട്ടുകളിലായി സംക്ഷേപിച്ചിരിക്കുന്നു. ഇതിഹാസ കഥാരാമത്തിലെ വിശിഷ്ടകുസുമങ്ങൾ മാത്രം ചേർത്തു കോർത്തിണക്കിയ മാല എന്നാണ് ഗ്രന്ഥനാമം സൂചിപ്പിക്കുന്നത്. 'ഭാരത സംക്ഷേപണോപാഖ്യാന'മാണ് തന്റെ കൃതിയെന്ന് കാവ്യാരംഭത്തിൽ സൂചിപ്പിക്കുന്നുണ്ട്.

*ഭാരതം കിളിപ്പാട്ടിൽ കർണ്ണപർവ*ത്തിലെ 'നിറന്ന പീലികൾ നിരക്കവേ കുത്തി...' എന്നു തുടങ്ങുന്ന പ്രശസ്തമായ പാർഥസാരഥീവർണ്ണന എഴുത്തച്ഛന്റെ വർണനാസാമർത്ഥ്യത്തിന്റെയും ആത്മാവിഷ്കാര ചാതുര്യത്തിന്റെയും രസഭാവാവിഷ്കാരത്തിന്റെയും മകുടോദാഹരണമായി കണക്കാക്കാറുണ്ട്. എന്നാൽ ആ ഭാഗം,

കണ്ടേനരചാ കരുണാകരനുരു
　　കാർമുകിൽ പോലെയവനുടെ തേർമേൽ
വണ്ടീടും തുളസീവനമാലകൾ
　　വാർകുഴലോടു കിരീടം മുടിയും
ചെണ്ടാർ പവിഴാധരമോടഴകിയ
　　ചെന്താമരനയനം മകരക്കുഴ
കണ്ടേനവരുടെ മുഖ കമലത്തൊടു
　　കൗസ്തുഭമണിയണി തിരുമറുമാർവും

തിരുമാറിടമേയിടമായരുളിയ
　　തിരുമകളൊടു ചക്രാദികളോടും
കരുമാമുകിലിട മിന്നുകണക്കേ
　　കനിവൊടു പീതാംബരധരനായേ
തിരുമാലഖിലേശൻ യോഗേശൻ
　　തിരുവടി നാരായണനെ മുകുന്ദനെ
ഉരുവേ കണ്ടേനത്തേർ മേലെ-

ന്നുള്ളിലിരുന്നരുളും പോലെ ഞാൻ

എന്ന ഭാരതമാലയിലെ രണ്ടുപാട്ടുകളുടെ പുനഃസൃഷ്ടിയാണെന്നും ഓർക്കേണ്ടതാണ്.

മഹാരാഷ്ട്രയിലെ ജ്ഞാനേശ്വർ 13-ാം നൂറ്റാണ്ടിൽ രചിച്ച *ജ്ഞാനേശ്വരി*യൊഴിച്ചാൽ *ഭഗവദ്ഗീത*യ്ക്ക് ഇന്ത്യയിൽത്തന്നെ ആദ്യമായുണ്ടായ വിവർത്തനമാണ് മാധവകവിയുടെ *ഭാഷാഭഗവദ്ഗീത*. എഴുന്നൂറു ശ്ലോകങ്ങളടങ്ങിയ മൂലഗ്രന്ഥം 328 പാട്ടുകളിൽ സംക്ഷേപിച്ചിരിക്കുന്നു. വേദസാരങ്ങളടങ്ങിയ ഗീതാശ്ലോകങ്ങൾ അർത്ഥലോപം വരാത്തവിധം സംക്ഷേപിച്ച് പാട്ടുകളിലാക്കുന്ന കവി അത് അങ്ങേയറ്റം കാവ്യാത്മകമായിത്തന്നെയാണ് നിർവഹിക്കുന്നത്.

പേർത്തീടുന്ന പഴന്തുകിൽ പോക്കി-
പ്പുതുമതകും തുകിൽ വേറുനരന്മാർ
പോർത്തിടുമതുപോൽ ജീർണശരീരം
പോക്കിപ്പുതിയ ശരീരം തങ്കൽ
ചേർത്തിടു ദേഹി, യൊരായുധമതിനാൽ
ഛേദം വരാ തീയാൽ വേകാ
ഓർത്തിടിൽ നീരാലൊഴുകിപ്പോകാ
ഉടനതു വായുവിനാലും ചലിയാ.

മലയാളഭാഷാവികാസം സ്വീകരിക്കേണ്ട ഗതിക്രമം നിർണയിക്കുകയും അതിനനുസരിച്ച് ഭാഷയിൽ ഈടുറ്റ കാവ്യങ്ങൾ രചിക്കുകയും പുതിയ കാലത്തെ ഉൾക്കൊള്ളാൻ തക്കവണ്ണം സമൂഹത്തെ സ്വന്തം കൃതികളിലൂടെ നവീകരിക്കുകയും ചെയ്ത നിരണംകവികളെ കേരള നവോത്ഥാനത്തിന്റെ ശുക്രനക്ഷത്രം എന്നു വിളിക്കാം.

നിരണംകൃതികളുടെ കാലംകഴിഞ്ഞ് ഏറെ വൈകാതെ, പതിനഞ്ചാം നൂറ്റാണ്ടിൽത്തന്നെയുണ്ടായ കൃതിയാണ് ചെറുശ്ശേരിയുടെ *കൃഷ്ണഗാഥ*. പാട്ടുപ്രസ്ഥാനത്തിൽപ്പെടുന്ന കൃതിയാണെങ്കിലും മണിപ്രവാളത്തിന്റെ സാംസ്കാരിക സാഹചര്യങ്ങളുടെ സ്വാധീനം മൂലം കൃഷ്ണഗാഥയിലെ ഭാഷ നിരണംകൃതികളിലെ ഭാഷയെക്കാൾ ഏറെ വികസിച്ചതായിക്കാണാം. മലയാള കാവ്യഭാഷയുടെ ആദ്യരൂപം *കൃഷ്ണഗാഥ*യിലേതാണ് എന്ന് ചിലർ വിശേഷിപ്പിക്കുന്നതിനു കാരണം ഇതാണ്. വൃത്തസ്വീകാരംകൊണ്ടു *കൃഷ്ണഗാഥ* പാട്ടുപ്രസ്ഥാനത്തോടടുത്തിരിക്കുമ്പോൾ ഭാഷകൊണ്ട് അത് *മണിപ്രവാള*ത്തോടാണ് ഏറെ ഒത്തു നിൽക്കുന്നത്; ലീലാതിലകകാരൻ ഉത്തമമെന്നു പറഞ്ഞ ഭാഷാപ്രധാനമായ മണിപ്രവാളത്തോട്.

*ഭാരതം ദശമസ്കന്ധ*ത്തിലെ കൃഷ്ണോൽപ്പത്തി മുതൽ സ്വർഗാരോഹണം വരെയുള്ള കഥയുടെ ആവിഷ്കാരമാണ് *കൃഷ്ണഗാഥ*. ഗാഥയെന്ന പദത്തിന് പാട്ടെന്നാണ് അർത്ഥം. *കൃഷ്ണഗാഥ* ആദ്യകാലത്ത് *കൃഷ്ണപ്പാട്ടെ*ന്ന പേരിലാണ് അറിയപ്പെട്ടിരുന്നത്. *കൃഷ്ണഗാഥ*യുടെ ഗാനാത്മകത പ്രസിദ്ധമാണല്ലോ. കൃഷ്ണകഥയിലെ സൗമ്യവും മധു

രവും പ്രസന്നവുമായ ഭാവങ്ങൾ ഏറെ ദീപ്തവും ഹൃദയാവർജ്ജകവുമായി ഈ കാവ്യത്തിൽ ആലേഖനം ചെയ്യപ്പെട്ടിരിക്കുന്നു. ജീവിതമാകെ ലീലാവിനോദമായിക്കാണുന്ന ഒരു കൃഷ്ണനാണ് *കൃഷ്ണഗാഥ*യിലുള്ളതെന്നു പറയാം. ജീവിതത്തെ ലീലയായിക്കാണുന്ന നായകനോടൊപ്പം ലീലയിലേർപ്പെടുന്ന അനുവാചകൻ ആ ലീലയിലൂടെ ഈശ്വരസാക്ഷാത്കാരം നേടുന്ന അനുഭവമാണ് *കൃഷ്ണഗാഥ* നൽകുന്നത്. കല്പനാസമ്പന്നതയും ഫലിതബോധവും ഹൃദ്യമായ ജീവിതബന്ധങ്ങളുടെയും ജീവിതസന്ധികളുടെയും ആവിഷ്കാരവും ലളിതമധുരമായ ആഖ്യാനവും *കൃഷ്ണഗാഥ*യെ മികച്ച ഒരു കാവ്യസൃഷ്ടിയാക്കി മാറ്റുന്നു. ചെറുശ്ശേരി വ്യക്തിപരമായി കടന്നുപോന്നതോ കടന്നുപോരാൻ ഇച്ഛിച്ചതോ ആയ ഫ്യൂഡൽ കുടുംബബന്ധങ്ങളാണ് കാവ്യത്തിലെ നായകനായ കൃഷ്ണന് കവി നൽകിയിരിക്കുന്നതെന്നും കാണാം.

എൻമുതുകേറി നിന്നാന കളിപ്പതി-
ന്നിന്നിനിയാമോ ചൊല്ലുണ്ണിക്കണ്ണാ?
തിങ്കളെച്ചെന്നു പിടിപ്പതിനായിട്ടി-
ന്നെൻ കഴുത്തേറുകവേണ്ടായോ ചൊൽ?
ഓടി വന്നിട്ടുടനെൻമുടി തന്നിലായ്
താടിപിടിച്ചു വലിക്കേണ്ടായോ?

എന്ന് കുടുംബബന്ധങ്ങളിൽ വറ്റാതെ നിൽക്കുന്ന സ്നേഹവാത്സല്യങ്ങൾ ആവിഷ്കരിക്കുന്നതിനും

ആതപംതന്നിലെ ചൂടു തുടങ്ങീതേ
ആതുരമാനസമെന്നപോലെ.
വാരിയിൽ നിന്നുള്ള മീനങ്ങളെല്ലാമേ
വാരികുറഞ്ഞതറിഞ്ഞുമില്ല.
മായയിൽ നിന്നുള്ള മന്ദന്മാരെല്ലാരും
ആയുസ്സുപോകുന്നതെന്ന പോലെ.

എന്ന് പ്രകൃത്യനുഭവത്തെ ആത്മീയാനുഭവവുമായി ബന്ധപ്പെടുത്തി ചിത്രീകരിക്കുന്നതിനും കവി കാണിക്കുന്ന പ്രാഗല്ഭ്യം കാവ്യത്തിൽ ആദ്യന്തം കാണാം.

*ഭാരതംപാട്ടെ*ന്നും *ചെറുശ്ശേരി ഭാരതംപാട്ടെ*ന്നും കൂടി പേരുള്ള *ഭാരതഗാഥ* ചെറുശ്ശേരി നമ്പൂതിരിയുടെ കൃതിയാണെന്ന് പ്രബലമായ അഭിപ്രായമുണ്ട്. *മഹാഭാരത*ത്തിന്റെ കേന്ദ്ര ഇതിവൃത്തത്തിനു പ്രാധാന്യം നൽകി നാല്പത്തിയഞ്ച് അധ്യായങ്ങളായി രചിക്കപ്പെട്ട കൃതിയാണിത്. രചനാപരമായ കൈത്തഴക്കമില്ലായ്മയും പിഴവുകളും ഈ കൃതി ചെറുശ്ശേരിയുടേതല്ലെന്ന് വാദിക്കാൻ ഇടനൽകുന്നു.

തുടർന്നുവരുന്നത് മലയാളഭാഷയിലെയും സാഹിത്യത്തിലെയും ഏറ്റവും പ്രഫുല്ലമായ ഘട്ടമെന്നു വിശേഷിപ്പിക്കപ്പെടുന്ന എഴുത്തച്ഛൻ കവിതയുടെ കാലമാണ്. പാട്ട്, മണിപ്രവാളം എന്ന് രണ്ടുവഴികളിലൂടെ തുടർന്നുവന്ന മലയാളസാഹിത്യം അവ രണ്ടിന്റെയും സമന്വയത്തിലൂടെ

പുതിയൊരു ഭാഷാരീതിയിലേക്കും സാംസ്കാരിക വികാസത്തിലേക്കും കടന്നത് എഴുത്തച്ഛനിലൂടെയാണ്. ഇങ്ങനെയൊരു സമന്വയശ്രമത്തിലേക്കുള്ള കാൽവയ്പ് രണ്ട് വ്യത്യസ്ത രീതികളിൽ നിരണംകവികളിലും ചെറുശ്ശേരിയിലും നാം കണ്ടതാണ്. ഇപ്പറഞ്ഞ രണ്ടു രീതികളെയും സ്വാംശീകരിച്ചാണ് എഴുത്തച്ഛൻ തന്റെ ദൗത്യം പൂർത്തിയാക്കിയത്. സംസ്കൃതത്തോടോ തമിഴിനോടോ ഉള്ള അമിത വിധേയത്വം ഒഴിവാക്കുകയും ഇരുവഴികളിൽനിന്നും ആവശ്യമായവ സ്വീകരിക്കുകയും ചെയ്തുകൊണ്ടാണ് എഴുത്തച്ഛൻ തന്റെ 'പദക്രമക്കണക്ക്' നമുക്ക് കാട്ടിത്തന്നത്. സംസ്കൃതപദങ്ങളും കേരളഭാഷാപദങ്ങളും കൂടിക്കലർന്ന, എന്നാൽ പദഘടനയിലൂടെയും പ്രത്യയസ്വീകാര്യത്തിലൂടെയും ഭാഷയുടെ തനിമ മുന്നിട്ടു നിൽക്കുന്ന എഴുത്തച്ഛന്റെ ഭാഷാരീതി, കേരളം അതിനകം കൈവരിച്ച ആര്യ-ദ്രാവിഡ സാംസ്കാരിക സങ്കലനത്തിന്റെ ഫലമായുണ്ടായതാണ്. കേരളം നൂറ്റാണ്ടുകളായി തുടർന്നുവന്ന ഭാഷാ-സാംസ്കാരിക നവീകരണ പ്രക്രിയയുടെ സ്വാഭാവികഫലമായിരുന്നു എഴുത്തച്ഛന്റെ കവിത; എഴുത്തച്ഛനെ ഭാഷാപിതാവ് എന്നു വിശേഷിപ്പിക്കുന്നത് അതിവാദമാണെന്നു വരാമെന്നിരുന്നാലും അനൗചിത്യമാവില്ല.

1500 മുതൽ 1580 വരെയാണ് എഴുത്തച്ഛന്റെ കാലമെന്ന് കണക്കാക്കപ്പെടുന്നു. എഴുത്തച്ഛന്റേതെന്ന് ഉറപ്പിച്ചു പറയാവുന്ന കൃതികൾ *അധ്യാത്മ രാമായണം* കിളിപ്പാട്ടും *ഭാരതം കിളിപ്പാട്ടു*മാണ്. *ഭാഗവതം കിളിപ്പാട്ട്, ഹരിനാമകീർത്തനം, ദേവീമാഹാത്മ്യം, ചിന്താരത്നം* തുടങ്ങിയ കൃതികളും എഴുത്തച്ഛന്റേതാണെന്ന് അഭിപ്രായമുണ്ടെങ്കിലും അതിനെതിരായ വാദഗതികളും പ്രബലമാണ്. അതെന്തുതന്നെയായാലും, *അധ്യാത്മ രാമായണം, ഭാരതം* എന്നീ കിളിപ്പാട്ടുകളിലൂടെതന്നെ എഴുത്തച്ഛൻ അനശ്വരനായ കവിയുടെയും ഭാഷാ-സാംസ്കാരിക പരിഷ്കർത്താവിന്റെയും സ്ഥാനം ഉറപ്പിക്കുന്നുണ്ട്.

കിളിയെക്കൊണ്ട് കഥപറയിക്കുന്ന രീതിയിൽ എഴുതിയിട്ടുള്ള പാട്ടുകൾക്കാണ് കിളിപ്പാട്ടെന്ന പേര് പ്രസിദ്ധമായത്. ശൈവാചാര്യന്മാരും വൈഷ്ണവാചാര്യന്മാരും കിളിപ്പാട്ടുകൾ തമിഴ് സാഹിത്യത്തിൽ രചിച്ചിട്ടുണ്ടെങ്കിലും മലയാളത്തിൽ ഇതൊരു പ്രസ്ഥാനമാക്കിയുയർത്തിയത് എഴുത്തച്ഛനാണ്. കിളിയോട് പറയുന്നതെന്ന മട്ടിലെഴുതപ്പെട്ട പാട്ടുകളാണ് തിരുജ്ഞാന സംബന്ധരുടെയും നമ്മാഴ്വാരുടെയും മറ്റും കൃതികളെങ്കിൽ എഴുത്തച്ഛന്റെ കവിതയിൽ കിളി പാടുന്ന പാട്ടാണ് കിളിപ്പാട്ട്. *അധ്യാത്മരാമായണ*ത്തിന്റെയും *ഭാരത*ത്തിന്റെയും രചനയോടുകൂടി മലയാളകാവ്യങ്ങളിലെ പ്രമുഖവക്താവായി കിളി രംഗപ്രവേശം ചെയ്യുന്നതു കാണാം. ഇതുസംബന്ധിച്ച് ഒട്ടേറെ ഐതിഹ്യങ്ങളും അഭ്യൂഹങ്ങളുമുണ്ട്. അതെന്തുതന്നെയായാലും വാക്ക് നിഷേധിക്കപ്പെട്ടിരുന്ന ഒരു ജനതയുടെ ഉച്ചത്തിൽ മുഴങ്ങുന്ന നാവായി എഴുത്തച്ഛനിലൂടെ മലയാളത്തിൽ കിളി രംഗപ്രവേശം ചെയ്യുകയായിരുന്നെന്നു കാണാം. പാട്ടുസാഹിത്യത്തിന്റെ ആത്മനാദമായിത്തീർന്നിരുന്ന കാകളി, കേക, കളകാഞ്ചി, മണി

കാഞ്ചി തുടങ്ങിയ വൃത്തങ്ങളെ തന്റേതായ മട്ടിൽ ദൃഢപ്പെടുത്തിയും മലയാളത്തിന്റെ ആത്മവത്ത സ്ഫുരിക്കുന്ന അന്നനടയെന്ന പുതിയൊരു വൃത്തം ആവിഷ്കരിച്ചും എഴുത്തച്ഛൻ തന്റെ കാവ്യങ്ങളെഴുതി. കിളിപ്പാട്ടുവൃത്തങ്ങളാണ് പിന്നീട് മലയാളകവിതയ്ക്ക് തനതായ ശബ്ദവൈവിധ്യം തുറന്നുകൊടുത്തത്.

സംസ്കൃതത്തിലെ *അധ്യാത്മരാമായണ*ത്തിന്റെയും *മഹാഭാരത*ത്തിന്റെയും സംക്ഷിപ്ത വിവർത്തനമാണ് എഴുത്തച്ഛന്റെ കൃതികൾ. മർമ്മസ്പർശിയായ ഒതുക്കം നൽകിക്കൊണ്ട് സംക്ഷേപണകലയ്ക്ക് മികച്ച ദൃഷ്ടാന്തം നൽകുകയായിരുന്നു എഴുത്തച്ഛൻ. അതിന് അദ്ദേഹത്തിന് മാർഗ്ഗദർശകരായി മുൻഗാമികളുണ്ടായിരുന്നു. പാട്ടുപ്രസ്ഥാനത്തിലെ മറ്റു കവികൾ ചെയ്തിരുന്നതുപോലെ സ്ഥൂലഭാഗങ്ങൾ വെട്ടിച്ചുരുക്കിയും പലതും പാടേ ഉപേക്ഷിച്ചും ആവശ്യമായേടങ്ങളിൽ സ്വന്തം ഭാവനയിൽ നിന്നോ മറ്റു കൃതികളിൽ നിന്നോ ഉചിതമായവ കൂട്ടിച്ചേർത്തും തന്റേതായ മികച്ച കാവ്യശില്പം തീർക്കുകയായിരുന്നു എഴുത്തച്ഛൻ. ഭക്തിഭാവനിർഭരമായ സൗന്ദര്യാവിഷ്കാരത്തിന്റെ ഏറ്റവും മികച്ച ഉദാഹരണമായി എഴുത്തച്ഛൻകൃതികളെ വിശേഷിപ്പിക്കാം.

അനലശിഖകളുമനിലസുതഹൃദയവും തെളി-
ഞ്ഞാഹന്ത വിഷ്ണുപദം ഗമിച്ചൂ തദാ
വിബുധപതിയോടു നിശിചരാലയം വെന്തോരു
വൃത്താന്തമെല്ലാമറിയിച്ചുകൊള്ളുവാൻ
അഹമഹമികാധിയാ പാവക ജ്വാലകൾ
അംബരത്തോളമുയർന്നുചെന്നൂ മുദാ
ഭുവനതലഗതവിമലദിവ്യരത്നങ്ങളാൽ
ഭൂതിപരിപൂർണമായുള്ള ലങ്കയും
പുനരനിലസുതനിതി ദഹിപ്പിച്ചിതെങ്കിലും
ഭൂതിപരിപൂർണമായ്വന്നിതദ്ഭുതം.

തുടങ്ങിയ ഭാഗങ്ങൾ *അധ്യാത്മരാമായണ*മെന്ന സംസ്കൃതത്തിലെ ശുഷ്കകൃതിയെ എഴുത്തച്ഛൻപ്രതിഭ ദീപ്തമാക്കിയതിന് ഉദാഹരണമാണ്. വേദാന്തതത്ത്വങ്ങളുടെയും ഭക്തിഭാവത്തിന്റെയും ആവിഷ്കാരത്തിലും *അധ്യാത്മരാമായണം* കിളിപ്പാട്ട് ഏറ്റവും മികച്ച മാതൃകയാണ്.

കേരളീയർ ഏറെ ആദരിച്ചു വരുന്നത് *അധ്യാത്മരാമായണ*മാണെങ്കിലും എഴുത്തച്ഛന്റെ കാവ്യരചനാസിദ്ധികളുടെ പൂർത്തീകരണം കാണുന്നത് *ഭാരതം* കിളിപ്പാട്ടിലാണ്. ഭാഷാപ്രയോഗത്തിലും അലങ്കാര പ്രയോഗത്തിലും രസഭാവാവിഷ്കരണങ്ങളിലുമെല്ലാം ഏറിയ മിതത്വവും പക്വതയും *ഭാരതം*കിളിപ്പാട്ട് പ്രകടിപ്പിക്കുന്നു. അതിബൃഹത്തായ വ്യാസ*ഭാരത*ത്തെ അങ്ങേയറ്റം സംക്ഷേപിച്ച് മികച്ചൊരു ഭാവകാവ്യമാക്കുകയാണ് എഴുത്തച്ഛൻ ചെയ്തത്. മാനസികഭാവങ്ങൾക്കും കഥാസന്ദർഭങ്ങൾക്കും പ്രാമുഖ്യം നൽകിക്കൊണ്ടുള്ള കഥാഖ്യാനത്തിന് അനുരൂപമായ പദാവലിയും കല്പനകളും വൃത്തബന്ധവുമെല്ലാം ഇതിന് സഹായകമായി

നിലകൊണ്ടു.

വില്ലാളികളിൽ മുമ്പുള്ളവൻ തന്നുടെ
വില്ലിതാ വേറെ കിടക്കുന്നിതീശ്വരാ
കണ്ടാൽ മനോഹരനാമവൻ തന്നുടൽ
കണ്ടാലുമമ്പോടു നായും നരികളും
ചെന്നു കടിച്ചുവലിക്കുന്നതിങ്ങനെ
വന്നതിനെന്തൊരു കാരണം ദൈവമേ

*(സ്ത്രീപർവം)*

ഭാഷയുടെയും സാഹിത്യത്തിന്റെയും രംഗത്ത് മലയാളം തികഞ്ഞ പക്വതയും ശക്തിയുമാർജ്ജിച്ചിരിക്കുന്നു എന്നതിന്റെ മാതൃകയാണ് *ഭാരതം കിളിപ്പാട്ട്.*

സ്വന്തം ജീവിതാനുഭവങ്ങളെയും അതിൽ നിന്നുറന്നുവന്ന ദർശനത്തെയും തികഞ്ഞ തെളിമലയാളത്തിൽ ഹൃദ്യമായി ആവിഷ്കരിച്ച കവിയാണ് പൂന്താനം. എഴുത്തച്ഛന്റെ സമകാലികനും അനന്തരഗാമിയുമെന്നു വിശേഷിപ്പിക്കാവുന്ന പൂന്താനം നമ്പൂതിരി സ്വന്തം ദാരിദ്ര്യവും ജീവിതദുഃഖങ്ങളും ഭക്തിയുടെയും ആത്മീയബോധത്തിന്റെയും ആഴങ്ങളിൽ നിമജ്ജനം ചെയ്യാൻ ശ്രമിക്കുകയായിരുന്നു. ആ ശ്രമത്തിന്റെ മികച്ച ഫലങ്ങളാണ് *ജ്ഞാനപ്പാന, സന്താനഗോപാലം, ഭാഷാകർണാമൃതം*, തുടങ്ങിയ കൃതികളും കീർത്തനങ്ങളും. ജീർണ്ണതയിലേക്കു വീണുകൊണ്ടിരുന്ന അക്കാലത്തെ മൂല്യവ്യവസ്ഥയോടെന്നപോലെ, കപ്പൽ കയറിവന്ന പുതുകമ്പോളതന്ത്രങ്ങളോടും കേരളത്തിന്റെ സാത്വികബോധം നടത്തിയ കലാപത്തിന്റെ രേഖകളാണ് പൂന്താനം കൃതികൾ.

കണ്ടുകണ്ടങ്ങിരിക്കും ജനത്തിനെ
കണ്ടില്ലെന്നു വരുത്തുന്നതും ഭവാൻ
രണ്ടുനാലുദിനം കൊണ്ടൊരുത്തനെ
തണ്ടിലേറ്റി നടത്തുന്നതും ഭവാൻ
മാളികമുകളേറിയ മന്നന്റെ
തോളിൽ മാറാപ്പു കേറ്റുന്നതും ഭവാൻ
കണ്ടാലൊട്ടറിയുന്നു ചില, രിതു
കണ്ടാലും തിരിയാ ചിലർക്കേതുമേ

തീവ്രമായ ജീവിതാഘാതങ്ങളേൽക്കേണ്ടിവരുന്ന കവി, ഭക്തിയുടെയും ജ്ഞാനത്തിന്റെയും സാന്ദ്രാവബോധത്തിലേക്ക് തന്നെയും അനുവാചകരെയും കൂട്ടിക്കൊണ്ടുപോവുകയും ആത്മീയതയുടെ തുരുത്തിൽ അഭയം തേടുകയും ചെയ്തു.

*രാമായണ* കഥയെ അടിസ്ഥാനപ്പെടുത്തി അയ്യപ്പിള്ള ആശാൻ രചിച്ച *രാമകഥപ്പാട്ട്* മലയാളത്തിലെ ഇതിഹാസഗാനം (Oral Epic) എന്ന് വിശേഷിപ്പിക്കാവുന്ന കൃതിയാണ്. കേരളീയ ഗാനരീതികളുടെയും ഈണങ്ങളുടെയും അത്യപൂർവവും അസാധാരണവുമായ ഒരു ശേഖരം തന്നെയാണ് ഈ കൃതി. ചെന്തമിഴിന് ഏറെ സ്വാധീനമുണ്ടായിരുന്ന

*ഓട്ടൻതുള്ളൽ*

കേരളത്തിന്റെ തെക്കേയറ്റത്തു പിറവിയെടുത്ത *രാമകഥപ്പാട്ടി*നെ ഒരു മിശ്രഭാഷാകൃതിയെന്നു വിശേഷിപ്പിക്കാവുന്നതാണ്.

കുഞ്ചൻനമ്പ്യാർ പതിനെട്ടാം നൂറ്റാണ്ടിൽ രചിച്ച *തുള്ളൽപ്പാട്ടുകൾ* മലയാളത്തിന്റെ ഏറ്റവും മികച്ച സമ്പത്തുകളിൽ ചിലതാണ്. കേരളത്തിൽ നിലവിലുണ്ടായിരുന്ന പടയണി, കോലംതുള്ളൽ, കൂത്ത്, കൂടിയാട്ടം തുടങ്ങിയ കലാരൂപങ്ങളിൽ നിന്നു സ്വീകരിച്ച വിവിധ ഘടകങ്ങളുടെ മേളനത്തിലൂടെ പുതിയൊരു കലാരൂപത്തിന് ജന്മം നൽകിയ നമ്പ്യാർ ആ കലാരൂപത്തിന്റെ ആവിഷ്കാരത്തിനുള്ള വാചികാംശമെന്ന നിലയിലാണ് തുള്ളൽപ്പാട്ടുകൾ രചിച്ചത്. ഇതിഹാസ പുരാണാദികളിലെ പ്രഖ്യാത കഥകൾ തന്നെയാണ് കാവ്യവിഷയമായി അദ്ദേഹം സ്വീകരിച്ചത്. എന്നാൽ ആ കഥകൾ കേരളത്തിന്റെ സാഹചര്യങ്ങളിലൂടെ നമ്പ്യാർ ആവിഷ്കരിച്ചപ്പോൾ കഥയും കഥാപാത്രങ്ങളുമെല്ലാം കേരളത്തിന്റെ ആഖ്യാനങ്ങളായി മാറി. രാജ-ജന്മി-മാടമ്പി ഭരണത്തിലെ അഴിമതിയും കെടുകാര്യസ്ഥതയും വിദേശ-കമ്പോളാധിപത്യത്തിന്റെ കടന്നുവരവുമെല്ലാം ഞെരുക്കുന്ന കേരളീയ ജീവിതത്തിന്റെ പ്രതിരോധതന്ത്രങ്ങളാണ് കുഞ്ചൻനമ്പ്യാരുടെ *തുള്ളൽപ്പാട്ടുകൾ.* അങ്ങനെ പൗരാണിക വിഷയങ്ങൾ വച്ചുകൊണ്ട് സ്വന്തം ദേശത്തിന്റെയും കാലത്തിന്റെയും കഥ പറയാൻവേണ്ടി ഓട്ടൻ, ശീതങ്കൻ, പറയൻ തുള്ളലുകളായി നമ്പ്യാർ രചിച്ച കൃതികളാണ് *സ്യമന്തകം, ഘോഷയാത്ര, നളചരിതം, കാർത്തവീര്യാർജുനവിജയം, കല്യാണസൗഗന്ധികം, സുന്ദോപസുന്ദോപാഖ്യാനം, കൃഷ്ണലീല, ത്രിപുരദഹനം, കീചകവധം, സഭാപ്രവേശം* തുടങ്ങിയവ.

കഥയിൽ സംഗതിചേർത്തു
കഥിക്കേണമതിൽക്കൂടി
കഥിക്കേണ്ടിവരും കൂത്തു-
കവികളും ചിലദിക്കിൽ
അതുകൊണ്ടു ഭവാന്മാർക്കു
വൈരമൊട്ടുംഭവിക്കൊല്ലാ
ഹിതജ്ഞന്മാരറിഞ്ഞെല്ലാം
സഹിക്കേണം, വണങ്ങുന്നേൻ

എന്ന്, പൗരാണികകഥകളെ സമകാലിക സമൂഹത്തിൽ പറിച്ചുനടാനും അതിലൂടെ സാമൂഹിക ദുർനീതികളെ ഫലിതപരിഹാസങ്ങൾകൊണ്ട് പ്രഹരിക്കാനും താൻ നടത്തുന്ന ശ്രമങ്ങളെ നമ്പ്യാർ ന്യായീകരിക്കുന്നത് ശ്രദ്ധേയമാണ്.

രാമപുരത്തുവാര്യർ രചിച്ച *കുചേലവൃത്തം* വഞ്ചിപ്പാട്ടാണ് പതിനെട്ടാം നൂറ്റാണ്ടിലുണ്ടായ മറ്റൊരു ശ്രദ്ധേയമായ കൃതി. കുചേലന്റെ സ്വയം മറന്നുകൊണ്ടുള്ള കൃഷ്ണഭക്തിയുടെ ഭാവപൂർണ്ണമായ ആഖ്യാനമായ ഈ കൃതി ഭക്തി എങ്ങനെ ജീവിതോത്കർഷത്തിന് സാധകമാകുമെന്ന് കാട്ടിത്തരുന്നു. ഈശ്വരഭക്തി കാവ്യവിഷയമാക്കുകയും രാജാപദാനങ്ങൾ അതിനോട് തൊടുത്തു നിർത്തുകയും ചെയ്തുകൊണ്ട് ദൈവത്തെയും രാജാവിനെയും സമീകരിക്കുന്ന ഒരു രാഷ്ട്രീയദർശനം ഇതിൽ അന്തർധാരയായുണ്ട്. എങ്കിലും വ്യക്തിഭാവങ്ങളുടെ സ്വതന്ത്രാവിഷ്കാരത്തിന്റെ മികച്ച മാതൃകയായി കുചേലവൃത്തം നിലകൊള്ളുന്നു. വ്യക്തിയെയും സമൂഹത്തെയും നവീകരിക്കുന്നതിൽ ഭക്തിക്കെന്നപോലെ കവിതയ്ക്കും നേടാൻ കഴിയുന്ന അഗ്രിമസ്ഥാനം ഈ കൃതി കാട്ടിത്തരുന്നു. മനസ്സിൽ തട്ടിയ ഭക്തിയുടെ സ്വച്ഛന്ദമായ ആവിഷ്കാരം *കുചേലവൃത്ത*ത്തിന് കാല്പനികതയുടെ ശക്തിയും വേഗവും നല്കിയിട്ടുണ്ട്.

# 5

# മണിപ്രവാളം

**കേ**രളഭാഷയുടെയും സംസ്കാരത്തിന്റെയും രൂപീകരണത്തിൽ വളരെ നിർണ്ണായകമായ സ്ഥാനം വഹിച്ചിട്ടുണ്ട് മണിപ്രവാളഭാഷയും സാഹിത്യവും. ആര്യാധിനിവേശത്തെ തുടർന്ന് ജനജീവിതത്തിൽ വന്ന പരിണാമത്തിന്റെ ഫലങ്ങളിലൊന്ന് എന്ന് മണിപ്രവാളത്തെ വിശേഷിപ്പിക്കാം. 'ഭാഷാസംസ്കൃതയോഗോ മണിപ്രവാളം' എന്ന ലീലാതിലകസൂത്രം തന്നെ ഇത് സൂചിപ്പിക്കുന്നുണ്ട്. കേരളഭാഷയും വിഭക്ത്യന്തസംസ്കൃതവും തമ്മിൽ സഹൃദയ ഹൃദയാഹ്ലാദകമായ വിധത്തിൽ ഒരുമിക്കുന്നതാണ് മണിപ്രവാളമെന്ന് ഈ സൂത്രം വ്യക്തമാക്കുന്നു. കേരളഭാഷ ഇവിടത്തെ സാമാന്യജനങ്ങളെയും സംസ്കൃതം ആര്യബ്രാഹ്മണരെയും പ്രതിനിധാനം ചെയ്യുന്നതിനാൽ രണ്ടു ജനവിഭാഗങ്ങൾ തമ്മിലുള്ള ഇടപെടലിന്റെയും അതിൽ നിന്നു ലഭിക്കുന്ന ആഹ്ലാദത്തിന്റെയും കൂടി സൂചന ഇതിലുണ്ട്. കേരളജനതയും ആര്യബ്രാഹ്മണരും തമ്മിലുള്ള ഇടപെടലിന്റെ മാധ്യമം എന്ന നിലയിലാണ് മണിപ്രവാളഭാഷയുടെ ആവിർഭാവമെന്നു കരുതാം. തമിഴ്നാട്, ആന്ധ്ര തുടങ്ങി പലയിടത്തും ഇങ്ങനെ പ്രാദേശികഭാഷയും സംസ്കൃതവും കലർന്ന മണിപ്രവാളമുണ്ടായിട്ടുണ്ട്. എന്നാൽ അത് സമ്പുഷ്ടമായൊരു സാഹിത്യവിഭാഗമായി കേരളത്തിൽ മാത്രമാണ് വികസിച്ചിട്ടുള്ളത്.

കേരളഭാഷ തനതുവ്യക്തിത്വം പ്രകടിപ്പിച്ചു തുടങ്ങുന്നത് കൊല്ലവർഷാരംഭത്തിലാണെന്നു പറയുന്നതുപോലെ, ഒമ്പതാംനൂറ്റാണ്ടോടുകൂടിത്തന്നെ മണിപ്രവാള പ്രസ്ഥാനവും ആരംഭിച്ചതായി കരുതാം. എന്നാൽ അങ്ങനെയൊരു പ്രസ്ഥാനം സംബന്ധിച്ച ആദ്യരേഖകൾ കിട്ടുന്നത്

പത്താം നൂറ്റാണ്ടോടുകൂടിയാണ്. കൂത്ത്, കൂടിയാട്ടം എന്നീ കലകളുടെ വികാസവും പ്രചാരവും മണിപ്രവാളഭാഷയെ ഏറെ സ്വാധീനിച്ചിട്ടുണ്ട്. ചാക്യാർ വേഷംകെട്ടിവന്ന് പുരാണകഥാഭാഗങ്ങൾ ഫലിതപരിഹാസങ്ങൾ കലർത്തി ഏകഭാഷണരൂപത്തിൽ അവതരിപ്പിക്കുന്ന കൂത്തിൽ സംസ്കൃതശ്ലോകങ്ങൾ വ്യാഖ്യാനിക്കുകയാണ് ചെയ്യുന്നത്. നാട്ടുകാർക്ക് മനസ്സിലാകുന്നതിനുവേണ്ടി നാട്ടുഭാഷയിൽ സംസ്കൃതഭാഗങ്ങൾ വ്യാഖ്യാനിക്കുമ്പോൾ സംസ്കൃതവും നാട്ടുഭാഷയും ഇടകലർന്നു വരിക സ്വാഭാവികം.

*കൂടിയാട്ടം*

കൂടിയാട്ടത്തിലും വിദൂഷകവേഷം കെട്ടിയ നടൻ സാധാരണക്കാരെ ചിരിപ്പിക്കുന്നതിനായി ഫലിതം പറയുമ്പോൾ നാടൻഭാഷയ്ക്കാണ് പ്രാമുഖ്യം കൊടുക്കുന്നത്. നായകനും പ്രമുഖ കഥാപാത്രങ്ങളും സംസ്കൃതശ്ലോകം ചൊല്ലുമ്പോൾ വിദൂഷകൻ ചൊല്ലുന്ന പ്രതിശ്ലോകം മണിപ്രവാളത്തിലാണ്. മണിപ്രവാളഭാഷ ആദ്യകാലത്ത് ഒരു പരിഹാസപ്രയോഗമായാണ് ആഢ്യബ്രാഹ്മണർ കണക്കാക്കിയിരുന്നതെന്നു കരുതാൻ ഇത് നിമിത്തമാകുന്നു. പത്താം നൂറ്റാണ്ടിൽ കൂടിയാട്ടപരിഷ്കാരത്തെ തുടർന്ന് തോലൻ രചിച്ചതെന്നു കരുതപ്പെടുന്ന *ആട്ടപ്രകാര*വും *ക്രമദീപിക*യും മണിപ്രവാള സാഹിത്യത്തിന്റെ ആദ്യകാലത്തെ ആധികാരിക രേഖകളായി കരുതപ്പെടുന്നു.

അന്നൊത്ത പോക്കീ
കുയിലൊത്ത പാട്ടീ
തേനൊത്ത വാക്കീ
തിലപുഷ്പമൂക്കീ
ദരിദ്രഇല്ലത്തെ യവാഗുപോലെ
നീണ്ടിട്ടിരിക്കും നയനദ്വയത്തീ

എന്ന മട്ടിലുള്ള തോലകവിയുടെ രചനകൾ മണിപ്രവാള കാവ്യങ്ങളുടെ ആവിർഭാവഘട്ടത്തിലേതാണെന്നു കരുതാം. ഇവയ്ക്കു പുറമേ, കൂടിയാട്ടത്തിന് ഉപയോഗിച്ചിരുന്ന ഒറ്റ ശ്ലോകങ്ങൾ, ചില സ്തോത്രങ്ങൾ എന്നിവയും മണിപ്രവാള സാഹിത്യത്തിലെ ആദ്യരചനകളായി കണക്കാക്കപ്പെടുന്നു.

കണ്ടുകിട്ടിയിട്ടുള്ള മണിപ്രവാള കാവ്യങ്ങളിൽ ഏറ്റവും പ്രാചീന

മായത് *വൈശികതന്ത്ര*മാണ്. ലീലാതിലകകാരൻ പറഞ്ഞിട്ടുള്ള മണിപ്രവാള ലക്ഷണങ്ങളെല്ലാം തികഞ്ഞ ഈ കൃതിയെ *വേശ്യോപനിഷത്ത്* എന്ന് വിശേഷിപ്പിക്കാറുണ്ട്. ഒരു മുത്തശ്ശി തന്റെ ചെറുമകൾക്ക് വേശ്യാവൃത്തിയുടെ മഹത്വവും പ്രാധാന്യവും, അത് അഭ്യസിക്കാനും നിർവഹിക്കാനുമുള്ള ക്ലേശങ്ങളും വിവരിച്ചു കൊടുക്കുന്ന മട്ടിലാണ് *വൈശികതന്ത്രം* രചിച്ചിരിക്കുന്നത്. ഇത് അന്നത്തെ സമൂഹത്തിന്റെ അപചയം വെളിവാക്കുന്ന കൃതിയാണെന്നും അതല്ല, ഒരു പരിഹാസരചനയാണെന്നും പണ്ഡിതന്മാർക്കിടയിൽ അഭിപ്രായഭേദമുണ്ട്.

താരുണ്യമാവതു സുതേ, തരുണീജനാനാം
മാരാസ്ത്രമേ, മഴനിലാവിതു നിത്യമല്ല;
അന്നാർജ്ജിതേന മുതൽകൊണ്ടു കടക്കവേണ്ടും
വാർദ്ധക്യമെന്മതൊരു വൻകടലുണ്ടു മുമ്പിൽ

എന്ന മട്ടിൽ അക്ലിഷ്ടസുന്ദരവും കല്പനാനിർഭരവുമായ ഇതിന്റെ രചന അതൊരു പരിഹാസകവനമാണെന്ന അഭിപ്രായവുമായി ചേരുന്നതല്ല. ഭോഗലാലസമായിത്തീർന്ന ഒരു സമൂഹത്തിന് നേരിടേണ്ടിവന്ന സ്വത്വപ്രതിസന്ധിയുടെ തേങ്ങലുകൾ ഈ കൃതിയിൽ ആന്തരശ്രുതിയായി മുഴങ്ങുന്നു.

പതിമൂന്നാം ശതകത്തിന്റെ ഉത്തരാർദ്ധത്തിലുണ്ടായ *ഉണ്ണിയച്ചി ചരിതം*, അതേ നൂറ്റാണ്ടിന്റെ അന്ത്യഘട്ടത്തിലുണ്ടായതെന്നു കരുതപ്പെടുന്ന *ഉണ്ണിച്ചിരുതേവി ചരിതം*, പതിന്നാലാം ശതകത്തിലെ *ഉണ്ണിയാടി ചരിതം* എന്നിവയാണ് പിന്നീടുള്ള ശ്രദ്ധേയമായ മണിപ്രവാളകൃതികൾ. *ഉണ്ണിയച്ചി ചരിത*ത്തിന്റെ കർത്താവ് ദേവൻ ശ്രീകുമാരനും *ഉണ്ണിയാടി ചരിത*ത്തിന്റേത് ദാമോദര ചാക്യാരുമാണ്. *ഉണ്ണിച്ചിരുതേവി ചരിത*ത്തിന്റെ കർത്താവാരെന്നു വ്യക്തമായിട്ടില്ല. പ്രാചീനചമ്പുക്കളെന്ന വിഭാഗത്തിൽപ്പെടുന്ന ഈ കൃതികളെല്ലാം ദേവദാസീകീർത്തനങ്ങളെന്നു വിശേഷിപ്പിക്കാവുന്നവയാണ്. ഇതിലെ നായികമാർ ദേവദാസികളല്ലെന്നും മരുമക്കത്തായ സമ്പ്രദായത്തിൽ ഇവിടെ നിലനിന്ന ശിഥിലമായ സംബന്ധബാന്ധവത്തിലെ സാധാരണ സ്ത്രീകളാണെന്നും മറ്റൊരു വാദവുമുണ്ട്. മണിപ്രവാളകാവ്യങ്ങൾ പൊതുവെ സ്ത്രീവിഷയകമാണെന്ന നിരീക്ഷണത്തിൽ പ്രാചീന ചമ്പുക്കൾക്കുള്ള പങ്ക് വളരെയേറെയാണ്. *ചെറിയച്ചി, മല്ലീനിലാവ്, കൗണോത്തര, ഉത്തരാചന്ദ്രിക, ഇളയച്ചി, മാരലേഖാമലർബാണകേളി* തുടങ്ങിയ ലഘുകാവ്യങ്ങളും ഈ വിഭാഗത്തിൽപ്പെടുന്നു.

മണിപ്രവാളകൃതികളിൽ പ്രധാനപ്പെട്ട മറ്റൊരു വിഭാഗം സന്ദേശകാവ്യങ്ങളാണ്. സംസ്കൃതത്തിലെ *മേഘസന്ദേശ*ത്തെ അനുകരിച്ച് ഒട്ടേറെ സന്ദേശകാവ്യങ്ങൾ മണിപ്രവാളത്തിലുണ്ടായിട്ടുണ്ടെന്നുവേണം മനസ്സിലാക്കാൻ. ഇവയിൽ ഏറ്റവും പ്രധാനം 1350-നും 1365-നും ഇടയ്ക്ക് രചിക്കപ്പെട്ടതെന്നു കരുതുന്ന *ഉണ്ണുനീലിസന്ദേശ*മാണ്. കടുത്തുരുത്തിയിലെ വീട്ടിൽ രതിക്രീഡാലസനായി ഉണ്ണുനീലിയുമൊത്ത് ഉറങ്ങിയി

രുന്ന നായകനെ ഒരു യക്ഷി പൊക്കിയെടുത്ത് തിരുവനന്തപുരത്തെത്തിക്കുകയും വിരഹാതുരനായ നായകൻ തന്റെ സന്ദേശം ഉണ്ണുനീലിക്കെത്തിക്കാൻ ആദിത്യവർമ്മ രാജാവിനോട് ആവശ്യപ്പെടുകയും ചെയ്യുന്നു. തുടർന്ന് തിരുവനന്തപുരം മുതൽ കടുത്തുരുത്തി വരെയുള്ള മാർഗ്ഗവർണ്ണനയും നായികാവർണ്ണനയും സന്ദേശസൂചനയും മറ്റും നൽകുകയും ചെയ്യുന്നതാണ് *ഉണ്ണുനീലിസന്ദേശ*ത്തിന്റെ സാരാംശം. മറ്റു സന്ദേശകാവ്യങ്ങളെപ്പോലെ ഇതും *മേഘസന്ദേശ*ത്തിന്റെ ഒരു നിയോക്ലാസിക് പുനർനിർമ്മിതിയാണെങ്കിലും അക്കാലത്തെ കേരളത്തെക്കുറിച്ചും ജനജീവിതത്തെക്കുറിച്ചും മറ്റും ഒട്ടേറെ വസ്തുതകൾ പകർന്നുതരാൻ കഴിയുന്ന സാഹിത്യചരിത്രപരമായ ഒരമൂല്യനിധിയാണ് *ഉണ്ണുനീലിസന്ദേശം.*

കാളംപോലെ കുസുമധനുഷോ
ഹന്തപൂങ്കോഴി കൂകീ
ചോളംപോലെ ചിതറിവിളറീ
താരകാണാം നികായം
താളംപോലെ പുലരിവനിത-
യ്ക്കാഗതൗ ചന്ദ്രസൂര്യൗ
നാളംപോലെ നളിനകുഹരാ-
ദുദ്ഗതാ ഭൃംഗരാജീ

എന്നു തുടങ്ങിയ മനോഹരമായ വർണ്ണനകളും ഇതിന്റെ കർത്താവിന്റെ കല്പനാചാതുര്യം വെളിവാക്കുന്നു. കൃതി ഇനിയും അജ്ഞാത കർത്തൃകമാണ്.

*ഉണ്ണുനീലി സന്ദേശം* പോലെതന്നെ കല്പനാചാതുര്യം തികഞ്ഞ മറ്റൊരു കൃതിയാണ് *കോകസന്ദേശം.* 1400-നടുത്ത് രചിക്കപ്പെട്ടതെന്നു കരുതുന്ന ഈ അജ്ഞാതകർത്തൃകരചന മുഴുവൻ കണ്ടുകിട്ടിയിട്ടില്ല. ഗുരുവായൂരിനു വടക്ക് വെള്ളോട്ടുകര മുതൽ എറണാകുളത്തിനു വടക്ക് ഇടപ്പള്ളിവരെയുള്ള പ്രദേശങ്ങളുടെ വർണ്ണനകളിതിലുണ്ട്. ചോതിങ്കനാട്ടിൽ നായികയുമൊത്ത് കഴിഞ്ഞിരുന്ന നായകനെ ഒരു വ്യോമചാരി വെള്ളോട്ടുകര വിട്ടുവെന്നു സ്വപ്നംകാണുന്നതായാണ് കാവ്യത്തിൽ പറയുന്നത്. ഇവിടെയുള്ള ക്ഷേത്രങ്ങളെല്ലാംതന്നെ വർണ്ണനയിൽ വരുന്നുണ്ട്. ഉത്തമകാവ്യങ്ങളിൽ നിന്നുകിട്ടുന്ന വിധത്തിലുള്ള തീവ്രമായ ഭാവാനുഭവമോ ജീവിതാവബോധമോ ഈ സഞ്ചാരകൃതികളിൽനിന്ന് പ്രതീക്ഷിക്കേണ്ടതില്ല.

സന്ദേശകാവ്യരചനകളുടെ പെരുവെള്ളപ്പാച്ചിൽ കൊണ്ടെന്നുവിചാരിക്കാം, സന്ദേശകാവ്യരചനയെ പരിഹസിക്കുന്ന മട്ടിൽ രചിച്ച കാവ്യമാകണം *കാകസന്ദേശം.* പതിനാലാം ശതകത്തിലേതെന്നു കരുതപ്പെടുന്ന *അനന്തപുരവർണ്ണനം, വാസുദേവസ്തവം, ദശാവതാരചരിതം, ചെല്ലൂർനാഥസ്തവം* തുടങ്ങിയവയും മണിപ്രവാളകാവ്യങ്ങളിൽ പ്രധാനമാണ്.

മണിപ്രവാളസാഹിത്യത്തിന്റെ ഭാഷാപരവും സാംസ്കാരികവുമായ

സവിശേഷതകൾ ഏതാണ്ട് ഉച്ചാവസ്ഥയിൽത്തന്നെ പ്രകടിപ്പിക്കുന്ന കാവ്യമാണ് 1500-നടുത്ത് ഉണ്ടായതെന്നു കണക്കാക്കപ്പെടുന്ന *ചന്ദ്രോത്സവം.* മേദിനീവെണ്ണിലാവ് എന്ന ഗണിക നടത്തുന്ന ചന്ദ്രോത്സവമാണ് കാവ്യവിഷയം. ഉത്സവത്തിൽ പങ്കെടുക്കാൻ കേരളത്തിലെങ്ങുമുള്ള ക്ഷേത്രനർത്തകികളും ഗണികകളും എത്തിച്ചേരുന്നു. ചന്ദ്രോത്സവത്തോടനുബന്ധിച്ചു നടക്കുന്ന കേരള സുന്ദരീപ്രദർശനം കാണാൻ കാമുകരും കവികളും പ്രഭുക്കളും രാജാക്കന്മാരും മറ്റുംവന്ന് കാത്തുകെട്ടിക്കിടക്കുന്നുണ്ട്. പദവിക്കും ആഢ്യത്വത്തിനുമൊത്ത് പല്ലക്കുകളിലും മറ്റും വന്നെത്തുന്ന ഗണികകൾക്കൊപ്പം മേനാവുപയോഗിക്കാൻ അധികാരമില്ലാത്തതുകൊണ്ട് 'യുവജന മുതുകെന്നും പൊന്മണിത്തണ്ടുമേറി'വരുന്നവരുമുണ്ട്. ഗണികാപദാനങ്ങളുമായെത്തുന്ന കവികളിൽ പുനം നമ്പൂതിരി, ശങ്കരകവി, രാഘവകവി തുടങ്ങിയ പ്രമുഖരുമുണ്ട്. കാമകേളീവിലസിതമായ ഒരു സമൂഹത്തിന്റെ അനിയന്ത്രിതമായ ആഘോഷത്തിമിർപ്പാണ് *ചന്ദ്രോത്സവ*ത്തിൽ കാണുന്നത്. ആ തിമിർപ്പ് കല്പനാശക്തിയുടെ വിളയാട്ടത്തിലും പദപ്രവാഹത്തിലുമെല്ലാം കാണാം. മണിപ്രവാളകവിതകളിലെ നായികമാർ മരുമക്കത്തായത്തറവാട്ടിലെ അച്ചികളാണെന്ന നിരീക്ഷണം ശരിയല്ലെന്ന് *ചന്ദ്രോത്സവം* വ്യക്തമാക്കുന്നുണ്ട്.

മലയാളഭാഷയുടെ പ്രാചീനസമ്പത്തുക്കളിൽ വിലമതിക്കാനാവാത്ത ഒന്നാണ് *ലീലാതിലകം.* മലയാളത്തിലെ ആദ്യത്തെ ഭാഷാശാസ്ത്രഗ്രന്ഥവും അലങ്കാരശാസ്ത്രഗ്രന്ഥവും ലക്ഷണശാസ്ത്രഗ്രന്ഥവുമാണത്. "ഇതിന്റെ കാലം 1385-നും 1400നുമിടയ്ക്കാണെന്ന് തീർത്തുപറയാൻ കഴിയും" എന്ന് ഇളംകുളം കുഞ്ഞൻപിള്ള അഭിപ്രായപ്പെടുന്നു. '*ലീലാതിലകം* മണിപ്രവാളലക്ഷണഗ്രന്ഥം' എന്ന് കൃതിയിൽത്തന്നെ സൂചിപ്പിക്കുന്നുണ്ട്. സൂത്രം, വൃത്തി, ഉദാഹരണം എന്നീ ക്രമത്തിലുള്ള ഇതിന്റെ രചന സംസ്കൃതത്തിലാണ്. മണിപ്രവാള ഭാഷയും സാഹിത്യവുമാണ് കൃതിക്ക് വിഷയമെന്നതിനാൽ സ്വാഭാവികമായും ഉദാഹരണം മാത്രം മണിപ്രവാളത്തിൽ ചേർത്തിരിക്കുന്നു. എട്ട് ശില്പങ്ങളായാണ് ഗ്രന്ഥത്തിന്റെ രചന. ഒന്നാം ശില്പത്തിൽ മണിപ്രവാളസ്വരൂപവും മണിപ്രവാളത്തിന്റെ ഭേദങ്ങളും വിവരിച്ചുദാഹരിക്കുന്നു. രണ്ടും മൂന്നും ശില്പങ്ങൾ ഭാഷാവിചാരമാണ്. നാലാംശില്പം ദോഷാലോചനവും അഞ്ചാംശില്പം ഗുണനിരൂപണവുമാണ്. ആറ് ഏഴ് ശില്പങ്ങളിലായി ശബ്ദാലങ്കാരങ്ങളും അർത്ഥാലങ്കാരങ്ങളും വിവരിക്കുന്നു. എട്ടാംശില്പത്തിലെ രസവിചാരത്തോടെ ഗ്രന്ഥം അവസാനിക്കുമ്പോൾ അന്നത്തെ സാഹചര്യത്തിൽ ഒരു ഭാഷയെയും സാഹിത്യത്തെയും കുറിച്ച് പറയാൻ കഴിയുന്ന ഏതാണ്ടെല്ലാക്കാര്യങ്ങളും ഒട്ടൊക്കെ സമഗ്രമായി പ്രതിപാദിച്ചു കഴിഞ്ഞിരിക്കുന്നു. 'ഭാഷാസംസ്കൃതയോഗോ മണിപ്രവാളം' എന്ന മണിപ്രവാള ലക്ഷണവും 'ദ്രമിഡ സംഘാതാക്ഷര നിബന്ധം എതുക മോനവൃത്തവിശേഷം യുക്തം പാട്ട്' എന്ന പാട്ടിന്റെ ലക്ഷണവും *ലീലാതിലക*കാരൻ നൽകിയതാണ്.

കേരളത്തിന്റെ ഭാഷാസ്വത്വത്തെക്കുറിച്ചും അന്നുവരെയുണ്ടായിട്ടുള്ള വിവിധ സാഹിത്യവിഭാഗങ്ങളെക്കുറിച്ചും താത്ത്വികവും പ്രായോഗികവുമായ വിശകലനം നടത്തുന്ന ഗ്രന്ഥമാണ് *ലീലാതിലകം.* ഗ്രന്ഥകാരന്റെ പാണ്ഡിത്യവും സഹൃദയത്വവും സംവാദാത്മകതയും വെളിവാക്കുന്നതാണ് ഇതിലെ ഓരോ പ്രയോഗവും. പതിവുപോലെ കലയെയും സാഹിത്യത്തെയും സംബന്ധിച്ച ഉപരിവർഗ്ഗ വീക്ഷണവും സമീപനവുമാണ് ഈ ഗ്രന്ഥത്തിൽ ആഘോഷിക്കപ്പെടുന്നതെന്നിരുന്നാലും മലയാളത്തിന് എന്നും അഭിമാനിക്കാവുന്ന ഈടിരിപ്പുകളിൽ വളരെ പ്രധാനപ്പെട്ട സ്ഥാനം *ലീലാതിലക*കാരനുണ്ട്.

ചമ്പൂപ്രസ്ഥാനം എന്ന വിഭാഗത്തിൽപ്പെടുന്നവയും മധ്യകാലചമ്പുക്കളെന്നു വിശേഷിപ്പിക്കപ്പെടുന്നവയുമായ ചില കൃതികളാണ് മണിപ്രവാളത്തിൽ ഇനിയുള്ളത്. സംസ്കൃതത്തിലെ ചമ്പുക്കളെ പിൻതുടർന്ന് ഗദ്യപദ്യമയമായ രചനാരീതിയാണ് ഇവ സ്വീകരിച്ചത്. ഇവിടെ പദ്യമെന്നതിന് സംസ്കൃതവൃത്തങ്ങളിലുള്ള രചനയെന്നും ഗദ്യമെന്നതിന് സംസ്കൃതേതരമായ വൃത്തങ്ങളോ ഈണങ്ങളോ പിൻതുടരുന്നവയെന്നും മാത്രമാണ് അർത്ഥം. മണിപ്രവാളത്തിലെ പ്രാചീനചമ്പുക്കളും പൊതുവെ ഈ രീതി പിൻതുടർന്നിരുന്നെങ്കിലും അവ ഭാഷാപ്രധാനമായിരുന്നു. എന്നാൽ മധ്യകാലചമ്പുക്കളുടെ കാര്യമെടുത്താൽ അവ കൂടുതൽ സംസ്കൃതബദ്ധമാവുകയും കൂടുതൽ നിയോക്ലാസിക് പ്രവണതകളിൽ കെട്ടുപെടുകയും ചെയ്യുന്നതു കാണാം. മറുവശത്ത്, പ്രാചീന ചമ്പുക്കൾ പ്രധാനമായും സ്ത്രീവിഷയകമായിരുന്നെങ്കിൽ മധ്യകാലചമ്പുക്കൾ ഭക്തിപ്രധാനമോ പുരാണകഥാവിഷ്കാരപരമോ ആകുന്നുണ്ട്. അപ്പോഴും മണിപ്രവാളകാവ്യങ്ങളുടെ ശൃംഗാരാഭിമുഖ്യത്തിൽ നിന്ന് അവ തെല്ലും മാറിയിരുന്നതുമില്ല. മധ്യകാലചമ്പുക്കൾ ചാക്യാന്മാരും പാഠകക്കാരും കഥാകഥനത്തിനുപയോഗിച്ചിരുന്നവയാണ്. ക്ഷേത്രകലകൾക്കുവേണ്ടി ഉപയോഗിച്ചിരുന്നതിനാലാകണം ഇതിലെ വിഷയം ഭക്തിയും പുരാണകഥകളുമായത്.

മധ്യകാലചമ്പുക്കളിൽ *രാമായണം ചമ്പു, ഭാരതം ചമ്പു, നൈഷധം ചമ്പു* എന്നിവയാണ് പ്രധാനം. രാവണോത്ഭവം മുതൽ ശ്രീരാമന്റെ സ്വർഗ്ഗാരോഹണം വരെയുള്ള കഥ ഇരുപതു ഭാഗങ്ങളായി അവതരിപ്പിക്കുന്ന *രാമായണം ചമ്പു* പുനം നമ്പൂതിരിയുടേതാണെന്ന് കരുതപ്പെടുന്നു.

ഭാരതകഥയെ ഉപജീവിച്ച് പത്ത് ഭാഗങ്ങളായി രചിക്കപ്പെട്ട *ഭാരതം ചമ്പു*വും പുനത്തിന്റേതാണെന്നാണ് പ്രശസ്തി. *നളചരിതം* വിഷയമായുള്ള *നൈഷധം ചമ്പു* മഴമംഗലത്ത് നാരായണൻ നമ്പൂതിരി രചിച്ചതാണ്. ഇവകൂടാതെ *കൊടിയ വിരഹം, ചെല്ലൂർ നാഥോദയം, പാരിജാതഹരണം, രാജരത്നാവലീയം, ബാണയുദ്ധം* തുടങ്ങിയ ചമ്പുക്കളും പ്രസിദ്ധമാണ്. ഒരു കാലഘട്ടത്തിന്റെ സാംസ്കാരികരംഗത്തെ നിയന്ത്രിച്ചിരുന്ന ചമ്പുക്കൾക്ക് ചരിത്രപരമായ സ്ഥാനമാണ് പ്രധാനമായുള്ളത്.

1325 മുതൽ 1575 വരെ ചമ്പുക്കളുടെ സുവർണ്ണകാലമായി വടക്കുംകൂർ രാജരാജവർമ്മ കണക്കാക്കുന്നു. ചമ്പൂകൃതികൾ തുടർന്ന് അടുത്തകാലം വരെ ഉണ്ടായിട്ടുണ്ടെങ്കിലും ചരിത്രപരമായ പ്രാധാന്യമെങ്കിലും അർഹിക്കുന്നവ അവയിൽ വിരളമാണ്. സംസ്കൃത പ്രാമുഖ്യമുള്ള മണിപ്രവാളമാണ് പൊതുവെ ചമ്പുക്കളുടെ ഭാഷാരീതി.

1895-ൽ പ്രസിദ്ധീകരിച്ച *മയൂരസന്ദേശ*മാണ് മണിപ്രവാളസാഹിത്യത്തിലെ ശ്രദ്ധേയമായ മറ്റൊരു കൃതി. ആയില്യംതിരുനാളിന്റെ അപ്രീതിക്കു പാത്രമായി ഹരിപ്പാട്ടുകൊട്ടാരത്തിൽ ഏകാന്തവാസമനുഭവിക്കേണ്ടിവന്ന കേരളവർമ്മ വലിയകോയിത്തമ്പുരാൻ ഭാര്യയായ ലക്ഷ്മീഭായിക്ക് അയയ്ക്കുന്ന സന്ദേശം എന്ന മട്ടിലാണ് ഈ കാവ്യത്തിന്റെ രചന. പ്രത്യക്ഷമായും സ്വാനുഭവത്തിൽ നിന്നുണ്ടായ കൃതിയെന്ന സവിശേഷതയിതിനുണ്ട്. എന്നാൽ അനുഭവതീക്ഷ്ണത ഭാവതീക്ഷ്ണതയായി മാറുന്നുണ്ടെന്നു പറഞ്ഞുകൂടാ. ഹരിപ്പാടുമുതൽ തിരുവനന്തപുരം വരെയുള്ള സ്ഥലങ്ങളെ വർണ്ണിക്കുന്ന, പ്രാസഭംഗിയും ശില്പഭംഗിയും തികഞ്ഞ ഒരു കാവ്യം എന്ന സവിശേഷത ഏതായാലും *മയൂരസന്ദേശ*ത്തിനുണ്ട്.

ഇവകൂടാതെ, *ഹംസസന്ദേശം, കോകിലസന്ദേശം, ശുകസന്ദേശം, വിപ്രസന്ദേശം* തുടങ്ങി ഇരുപത്തിയഞ്ചോളം സന്ദേശകാവ്യങ്ങൾ പ്രസ്ഥാനത്തിലുണ്ടായിട്ടുണ്ട്. ജീവിതാവബോധം തൊട്ടുതീണ്ടിയിട്ടില്ലാത്തവയും കാവ്യാത്മകതയിൽ പലപ്പോഴും പിൻനിലയിൽ നിൽക്കുന്നവയുമായ ആ കൃതികൾ സാഹിത്യചരിത്രഗ്രന്ഥങ്ങളിൽ പേരുകളായൊതുങ്ങുന്നു.

മണിപ്രവാളപ്രസ്ഥാനത്തിലെ ഒരു പ്രമുഖ സാഹിത്യവിഭാഗമായ ആട്ടക്കഥയെക്കുറിച്ചാണ് ഇനി പറയാനുള്ളത്. കേരളത്തിലെ ഒരു സവിശേഷ കലാരൂപമായി കഥകളി രൂപംകൊണ്ടപ്പോൾ അതിന്റെ ആട്ടത്തിന്, അഭിനയത്തിന് ആവശ്യമായ കഥ, സാഹിത്യരൂപം എന്ന നിലയിലാണ് ആട്ടക്കഥയുണ്ടായത്. കഥകളിയെന്ന കലാരൂപത്തിന്റെ സാഹിത്യരൂപം, തിരക്കഥ ആണ് ആട്ടക്കഥ. വടക്കൻ കേരളത്തിൽ നിലവിലിരുന്ന കൃഷ്ണനാട്ടം എന്ന കലാരൂപത്തെ അവലംബിച്ചും പരിഷ്കരിച്ചും കൊട്ടാരക്കരത്തമ്പുരാനാണ് കേരളത്തിന്റെ ഈ പുതിയ കലാരൂപത്തിന് തുടക്കമിട്ടത്. അന്ന് അതിന് രാമനാട്ടം എന്നായിരുന്നു പേര്. പിന്നീട് കൂടുതൽ പരിഷ്കരണങ്ങളോടെ കഥകളിയെന്ന പേരുറയ്ക്കുകയാണു ചെയ്തത്.

*ഗീതഗോവിന്ദ*ത്തെയും *കൃഷ്ണനാട്ട*ത്തെയും പിന്തുടർന്ന് ശ്ലോകങ്ങൾ, പദങ്ങൾ എന്നിവ ഇടകലർന്ന രീതിയിലാണ് ആട്ടക്കഥയുടെ രചന. ശ്ലോകങ്ങൾ കവിവാക്യവും പദം കഥാപാത്രങ്ങളുടെ സംഭാഷണവും എന്നതാണ് പൊതുവെ സമ്പ്രദായം. ശ്ലോകങ്ങൾ സംസ്കൃതത്തിലോ സംസ്കൃതപ്രധാനമായ മണിപ്രവാളത്തിലോ ആയിരിക്കുമ്പോൾ പദങ്ങൾ ഭാഷാപ്രധാനമായ മണിപ്രവാളത്തിലാവുകയാണ് പതിവ്. ആട്ടക്കഥയിലാണെന്നിരുന്നാൽപ്പോലും സംഭാഷണഭാഷ ജനങ്ങളുടെ ഭാഷയോട് കുറെയെങ്കിലും അടുത്തിരുന്നെങ്കിലേ അത് തന്മയത്വവും കരുത്തും കൈവരിക്കൂ എന്നതിനാലാവണം പദങ്ങളിലെ ഭാഷാരീതി

ഇങ്ങനെയായത്.

*രാമായണ*ത്തെ എട്ടുദിവസത്തെ കഥകളാക്കി രചിച്ച കൃതിയാണ് *രാമനാട്ടം*. പുത്രകാമേഷ്ടി, സീതാസ്വയംവരം, വിച്ഛിന്നാഭിഷേകം, ഖരവധം, ബാലിവധം, തോരണയുദ്ധം, സേതുബന്ധനം, യുദ്ധം എന്നിവയാണ് എട്ടുദിവസത്തെ കഥകൾ. കൊട്ടാരക്കരത്തമ്പുരാനായ വീരകേരളവർമ്മയാണ് *രാമനാട്ട*ത്തിന്റെ കർത്താവ്.

കോട്ടയം കേരളവർമ്മ രചിച്ച *ബകവധം, കല്യാണസൗഗന്ധികം, കിർമ്മീരവധം, നിവാതകവചകാലകേയവധം* എന്നിവയാണ് 'രാമനാട്ടം' 'കഥകളി'യായി വികസിച്ചതിനുശേഷമുണ്ടായ ആദ്യകൃതികൾ. അഭിനയരൂപമായ കഥകളിക്കുവേണ്ടി രചിക്കപ്പെട്ട ആട്ടക്കഥകൾ പൊതുവെ സാഹിത്യപരമായി അത്ര ഭദ്രമായ നില കൈവരിക്കാറില്ല. എന്നാൽ കോട്ടയം കൃതികൾ രംഗാവതരണത്തിൽ ഏറ്റവും മികച്ചുനിൽക്കുമ്പോഴും സാഹിത്യപരമായ നിലവാരം പുലർത്താൻ ശ്രമിക്കുന്നുണ്ട്. ആട്ടക്കാർ ഏറ്റവും അധികം ഇഷ്ടപ്പെടുന്നവയാണ് 'കോട്ടം വിട്ടൊരു കോട്ടയം കഥകൾ.'

ആട്ടക്കഥാസാഹിത്യത്തിലെ ഏറ്റവും മികച്ച കൃതി *നളചരിത*മാണ്. കൊട്ടാരക്കരത്തമ്പുരാന്റെയും കോട്ടയം തമ്പുരാന്റെയും കൃതികളിലൂടെ കേരളത്തിന്റെ ദൃശ്യകലാരംഗത്ത് ജീവൻ പകർന്നുകൊണ്ട് സാഹിത്യരംഗത്ത് സ്ഥാനമുറപ്പിച്ച ആട്ടക്കഥാപ്രസ്ഥാനത്തിന് കലാമേന്മയുടെ കാര്യത്തിലെന്നപോലെ സാഹിത്യമികവിന്റെ കാര്യത്തിലും ഉന്നതനിലവാരം പുലർത്താൻ കഴിയുമെന്ന് ലോകത്തിന് കാട്ടിക്കൊടുത്തത് ഉണ്ണായിവാര്യരുടെ *നളചരിത*മാണ്. *മഹാഭാരത*ത്തിലെ നളോപാഖ്യാനത്തെ നാലുദിവസം കൊണ്ട് ആടാവുന്ന നാല് ആട്ടക്കഥാഭാഗങ്ങളായിത്തിരിച്ച് ഭാവാവിഷ്കാരത്തിനും നാടകീയതയ്ക്കും പ്രാധാന്യമുള്ള അസദൃശമായ ഒരഭിനയകാവ്യം രചിക്കുകയാണ് ഉണ്ണായിവാര്യർ ചെയ്തത്. പാത്രരചനയിലും രംഗനിർമ്മാണത്തിലും ഭാവാവിഷ്കാരത്തിലും മാനസികാപഗ്രഥനത്തിലുമെല്ലാം ഇതുപോലെ ഉന്നതനിലവാരം പുലർത്തുന്ന മറ്റൊരു കൃതി ഇല്ലെന്നുപറയാം. ആട്ടക്കഥാരചനയിലൂടെ ഒരു പൂർണ്ണജീവിതാവിഷ്കാരം നടത്തിയ വാര്യർ അതിലെ ഓരോ ഭാഗവുമെന്നപോലെ ഓരോ കഥാപാത്രത്തെയും കഥാസന്ദർഭത്തെയും പൂർണ്ണതയോടെതന്നെ ആവിഷ്കരിക്കാൻ നിഷ്കർഷിച്ചു. ആട്ടക്കഥാരംഗത്തെന്നപോലെ നമ്മുടെ പ്രാചീന കാവ്യസമ്പത്തിലും തിളങ്ങിനിൽക്കുന്നൊരു അധ്യായമാണ് *നളചരിത*ത്തിന്റേത്.

*നളചരിത*ത്തിലെ ഭാഷ ആട്ടക്കഥാഭാഷയുടെ സമ്പ്രദായം അനുവർത്തിക്കുകയാണെന്നു പറയാം. ചിലേടത്ത് കഠിന സംസ്കൃതം കടന്നുവരാമെങ്കിലും ഏറെയും തെളിഞ്ഞ മണിപ്രവാളമാണ് വാര്യർ ഉപയോഗിക്കുന്നത്. ഭാഷയുടെ തെളിമ കലർന്ന മണിപ്രവാളമാണ് ഭാവാവിഷ്കാരത്തിന് ഏറ്റവും ഉചിതമെന്ന് കവി മനസ്സിലാക്കിയിരുന്നു. എന്നിരുന്നാലും പലപ്പോഴും ഉണ്ണായിവാര്യർ ഭാഷാനിയമങ്ങളെത്തന്നെ അവ

ഗണിച്ച് സ്വന്തമായ പ്രയോഗവിശേഷങ്ങൾ ആവിഷ്കരിക്കുകയുണ്ടായി. *നളചരിത*ത്തിലെ ഭാഷയെ 'വെങ്കലഭാഷ'യെന്ന് ചിലർ വിശേഷിപ്പിക്കുന്നതിന് ഇതും കാരണമായിട്ടുണ്ട്. എന്നാൽ ആട്ടക്കഥാഭാഷയെ സാധാരണഭാഷയോട് അടുപ്പിക്കാൻ ഉണ്ണായിവാര്യർ നൽകിയ സംഭാവന വേണ്ടവണ്ണം ശ്രദ്ധിക്കപ്പെട്ടിട്ടില്ല.

ആട്ടക്കഥാപ്രസ്ഥാനത്തിലെ ശ്രദ്ധേയമായ മറ്റൊരു വ്യക്തിത്വം ഇരയിമ്മൻ തമ്പിയുടേതാണ്. അദ്ദേഹം രചിച്ച *ഉത്തരാസ്വയംവരം, ദക്ഷയാഗം, കീചകവധം* എന്നീ കൃതികൾ ആട്ടക്കഥാസാഹിത്യത്തിലെ ഏറ്റവും പ്രമുഖമായ രചനകളിൽപ്പെടുന്നു. അഭിനയരംഗത്ത് തികച്ചും മികവുപുലർത്തുന്ന ഇരയിമ്മൻ തമ്പിയുടെ ആട്ടക്കഥകൾ അലങ്കാരകല്പനകളിലും ശബ്ദാലങ്കാരവിന്യാസത്തിലും ഏറെ താൽപ്പര്യം കാട്ടുന്നവയാണ്. "ആട്ടക്കഥാ സാഹിത്യത്തിൽ രണ്ടാംതരമെങ്കിലും കഥകളിലോകത്തിൽ ഒന്നാംതരം തന്നെയാണ് ഇരയിമ്മൻ തമ്പിയുടെ കൃതികൾ" എന്ന് ഡോ: എസ് കെ നായർ അവയുടെ രംഗാവതരണപ്രാധാന്യം എടുത്തുകാട്ടുന്നു.

*വല്ലീകുമാരം, ചൂഡാമണി, ഉർവശി* എന്നീ ആട്ടക്കഥകളുടെകൂടി കർത്താവായ വി കൃഷ്ണൻ തമ്പിയുടെ *താടകാവധം* ആട്ടക്കഥാസാഹിത്യത്തിൽ പ്രത്യേകസ്ഥാനം അർഹിക്കുന്നു. *രാമായണ*ത്തിലെ പ്രസിദ്ധമായ താടകാവധകഥയ്ക്ക് പുതിയൊരാഖ്യാനം നൽകുകയാണ് കൃഷ്ണൻ തമ്പി ചെയ്തത്. സുരലോകസുന്ദരികളെ ജയിക്കുന്ന ദ്രാവിഡരാജകുമാരിയായ താടകയ്ക്ക് ആര്യവംശജനും യജ്ഞസംസ്കാരസംരക്ഷകനും സുന്ദരനുമായ രാമനോട് തോന്നുന്ന അനുരാഗത്തിന്റെ ആത്മവിനാശകവും ദുഃഖപര്യവസായിയുമായ കഥ പറയുന്ന *താടകാവധം ആട്ടക്കഥ*യുടെ സാമാന്യ സങ്കല്പങ്ങളെയും സമീപനങ്ങളെയും അതിവർത്തിക്കുന്നതാണ്. നാടകീയതയും ഭാവാത്മകതയുംകൊണ്ട് *താടകാവധം, നളചരിത*ത്തിന്റെ തൊട്ടടുത്ത സ്ഥാനത്ത് നിൽക്കുന്നു.

കിളിമാനൂർ രവിവർമ്മ കോയിത്തമ്പുരാന്റെ *രാവണവിജയ*മാണ് ആട്ടക്കഥാസാഹിത്യത്തിൽ പരാമർശമർഹിക്കുന്ന മറ്റൊരു കൃതി. *രാമായണ* കഥാസന്ദർഭത്തെ ഭാവാത്മകമാക്കി അവതരിപ്പിക്കാൻ രവിവർമ്മയും ശ്രമിച്ചിട്ടുണ്ട്.

രണ്ടു നൂറ്റാണ്ടിലേറെ നീളുന്ന ആട്ടക്കഥാചരിത്രത്തിൽ ഒട്ടേറെ ആട്ടക്കഥാകാരന്മാരും ആട്ടക്കഥകളുമുണ്ടെങ്കിലും സാഹിത്യകൃതിയെന്ന നിലയിൽ ഓർമ്മിക്കപ്പെടാൻ കഴിയുന്നവ അവയിൽ വിരളമാണ്.

മണിപ്രവാള സാഹിത്യത്തിന് ഒരു സാഹിത്യവിഭാഗമെന്ന നിലയിൽ പരിമിതികളുണ്ടെന്നിരുന്നാലും മലയാളഭാഷയുടെ വികാസപരിണാമങ്ങളിൽ അതിനുള്ള സ്ഥാനം അതിപ്രധാനമാണ്.

# 6

# ഭാഷാഗദ്യം

**പ്രാ**ചീനകാലത്തെ ഭാഷാകൃതികളെല്ലാംതന്നെ പദ്യത്തിലായിരുന്നു. മനുഷ്യർ നിത്യവ്യവഹാരത്തിനുപയോഗിക്കുന്നത് എവിടെയും ഗദ്യമാണ്. അതുകൊണ്ട് ഗദ്യത്തിനുതന്നെയാണ് പ്രഥമസ്ഥാനം. എന്നിരുന്നാലും ഭാഷകളിലെല്ലാംതന്നെ സാഹിത്യം പദ്യരൂപത്തിലാണ് വികസിച്ചു വന്നത്. മലയാളത്തിലും സാഹിത്യകൃതിയെന്ന വിഭാഗത്തിൽ പ്രാചീന ഗദ്യരചനകൾ വിരളമാണ്. രാജാക്കന്മാരും ഭരണാധികാരികളും ഭരണപരമായ കാര്യങ്ങൾക്കായി പുറപ്പെടുവിച്ചിട്ടുള്ള ശാസനങ്ങൾ. ചെപ്പേടുകൾ, ഓലക്കരണങ്ങൾ തുടങ്ങിയവയാണ് പ്രാചീനകാലത്ത് ഗദ്യരചനകളായി നമുക്ക് കിട്ടിയിട്ടുള്ളത്.

സാഹിത്യവിഭാഗത്തിൽ എടുത്തുപറയാനുള്ള പ്രാചീനഭാഷാകൃതി *ഭാഷാകൗടിലീയ*മാണ്. ചന്ദ്രഗുപ്തമൗര്യന്റെ മന്ത്രിസ്ഥാനം വഹിച്ചിരുന്ന കൗടില്യൻ (ചാണക്യൻ) രാജ്യഭരണതന്ത്രത്തെക്കുറിച്ചെഴുതിയ സംസ്കൃതഗ്രന്ഥമായ *അർത്ഥശാസ്ത്ര*ത്തിന്റെ വിവർത്തനമാണ് *ഭാഷാകൗടിലീയം.* രാജ്യസംബന്ധവും ഭരണസംബന്ധവുമായ സാങ്കേതിക കാര്യങ്ങളുൾപ്പെടെ അതിവിദഗ്ദ്ധമായി കൈകാര്യം ചെയ്യുന്ന *അർത്ഥശാസ്ത്രം* അതർഹിക്കുന്ന ഗഹനതയോടും പൂർണ്ണതയോടും കൂടിത്തന്നെയാണ് മലയാളഭാഷ വളർച്ചയുടെ ആദ്യപടവുകളിലായിരുന്ന ആ പ്രാചീനകാലത്തും വിവർത്തനം ചെയ്യപ്പെട്ടിട്ടുള്ളത്. ഗദ്യസാഹിത്യവിഭാഗം ഒട്ടുംതന്നെ വികസിച്ചിട്ടില്ലാതിരുന്ന ഒരു കാലത്ത് ഇങ്ങനെയൊരു കൃതി ഇത്രയും സൂക്ഷ്മതയോടുകൂടി രചിക്കപ്പെട്ടിരുന്നു എന്ന വസ്തുത മലയാളഭാഷയുടെ സ്വയം വികസനക്ഷമതയ്ക്ക് ഏറ്റവും നല്ല തെളി

വാണ്. പതിനൊന്ന്, പന്ത്രണ്ട് നൂറ്റാണ്ടുകൾക്കിടയിലാണ് *ഭാഷാകൗടിലീയ*ത്തിന്റെ രചന.

ആട്ടപ്രകാരങ്ങളാണ് ശ്രദ്ധേയമായ മറ്റൊരു പ്രാചീന സാഹിത്യവിഭാഗം. സംസ്കൃത നാടകങ്ങൾക്ക് കൂടിയാട്ടമെന്ന പേരിൽ വിപുലമായി അരങ്ങൊരുക്കിയിരുന്ന കേരളത്തിൽ അവയുടെ അവതരണരീതി സംബന്ധിച്ച വിശദമായ മാർഗ്ഗനിർദ്ദേശങ്ങൾ തയ്യാറാക്കിവയ്ക്കുന്ന സമ്പ്രദായമുണ്ടായിരുന്നു. ആടേണ്ട രീതിയെക്കുറിച്ച് ഇങ്ങനെ രചിക്കപ്പെട്ട കൃതികളാണ് ആട്ടപ്രകാരങ്ങൾ. ജനങ്ങളിൽ ഭൂരിഭാഗവും അക്ഷരങ്ങളിൽ നിന്നകറ്റപ്പെട്ടും പ്രാഥമികമായ സാമൂഹികനീതിപോലും നിഷേധിക്കപ്പെട്ടും കഴിഞ്ഞിരുന്ന ഒരു കാലത്തുപോലും കലാസാംസ്കാരിക രംഗങ്ങളിൽ കേരളം ഏറെ മികവു നേടിയിരുന്നു എന്നതിനുകൂടി ഉദാഹരണമാണ് ഈ ആട്ടപ്രകാരങ്ങൾ. *മന്ത്രാങ്കം, അശോകവനികാങ്കം മത്തവിലാസം* തുടങ്ങിയ കൃതികൾ നമുക്കു കിട്ടിയിട്ടുണ്ട്. പത്താം നൂറ്റാണ്ടു മുതൽ ആട്ടപ്രകാരങ്ങൾ രചിച്ചു തുടങ്ങിയതായി കരുതാം. കൂടിയാട്ട പരിഷ്കാരത്തെ തുടർന്നുണ്ടായ ആട്ടപ്രകാരങ്ങൾക്ക് ഭാഷാവികാസചരിത്രത്തിൽ വളരെ പ്രധാനപ്പെട്ട സ്ഥാനമാണുള്ളതെന്ന് നിരീക്ഷിക്കപ്പെട്ടിട്ടുണ്ട്.

നടൻ എങ്ങനെ രംഗത്ത് അഭിനയിക്കണമെന്നു വിവരിക്കുന്ന ആട്ടപ്രകാരങ്ങൾക്കു പുറമേ, നടനും വിദൂഷകനും അതതു സന്ദർഭങ്ങളിൽ അനുഷ്ഠിക്കേണ്ട കൃത്യങ്ങളെ, ക്രമങ്ങളെ കുറിച്ച് നിർദ്ദേശിക്കുന്ന *ക്രമദീപിക*കളും ഇക്കാലത്ത് ഗദ്യഭാഷയിലുണ്ടായി. *മഹാഭാരത*ത്തിലെ ഭഗവദ്ദൂതിനെ അടിസ്ഥാനമാക്കി പതിനാലാം ശതകത്തോടെ രചിക്കപ്പെട്ട *ദൂതവാക്യ*വും പ്രാചീനഗദ്യകൃതികളിൽ പ്രധാനമാണ്. *ബ്രഹ്മാണ്ഡപുരാണം, അംബരീഷചരിതം, നളോപാഖ്യാനം, ദേവീമാഹാത്മ്യം* എന്നിവയും പ്രാചീനഗദ്യകൃതികളിൽ ശ്രദ്ധേയമാണ്. *രാമായണം* തമിഴ്, *ഭാഗവതം* ഗദ്യം, *ഉത്തരരാമായണം* ഗദ്യം, *തിരുക്കുറളി*ന്റെ ഗദ്യപരിഭാഷ എന്നിവ മലയാള ഗദ്യസാഹിത്യത്തിന്റെ വികാസത്തെ ഉദാഹരിക്കുന്നു.

മലയാള ഗദ്യസാഹിത്യവികാസത്തിന് ഒരു ഗതിപരിണാമവും ആക്കവും കാണാനാവുന്നത് യൂറോപ്യൻ അധിനിവേശത്തോടെയാണ്. പതിനഞ്ചാം നൂറ്റാണ്ടിന്റെ അന്ത്യത്തിൽ പോർച്ചുഗീസുകാർ ഇവിടെയെത്തിയതിനെത്തുടർന്ന് തങ്ങളുടെ വാണിജ്യപരവും മതപരവുമായ താൽപ്പര്യങ്ങളുടെ ഒരു മുഖ്യവിപണനകേന്ദ്രമായി യൂറോപ്യന്മാർ കേരളത്തെ കണ്ടു. പിന്നീട് അത് ഇവയ്ക്കു പുറമെ, രാഷ്ട്രീയ താൽപ്പര്യങ്ങളിൽ കേന്ദ്രീകരിക്കുകയും ഇന്ത്യയെത്തന്നെ ഒരു കോളനിയാക്കി മാറ്റുകയും ചെയ്തതായാണ് നാം കണ്ടത്. രാഷ്ട്രീയമായ കാര്യങ്ങളിൽ വിദേശികളുമായി ഇടപെടേണ്ടി വന്ന രാജാക്കന്മാരും പ്രഭുക്കന്മാരും ഉദ്യോഗസ്ഥരും മറ്റും പോർച്ചുഗീസ്-ഡച്ച്-ഇംഗ്ലീഷ് ഭാഷകൾ പഠിക്കാൻ പ്രേരിതരായി. മറിച്ച് യൂറോപ്യന്മാർ മലയാളവുമായി ബന്ധപ്പെടുന്നതിനും അധിനിവേശ സാഹചര്യങ്ങൾ അവസരമൊരുക്കുകയും ചെയ്തു. പാശ്ചാത്യ ഭാഷകളിലെ പദങ്ങളും ശൈലികളും മറ്റും മലയാളത്തിലേക്കു കടന്നു

വരുന്നതിന് ഇത് വഴിയൊരുക്കി.

മതപ്രചാരണപരമായ കാര്യങ്ങളിൽ സാധാരണക്കാരോട്, വിശേഷിച്ചും സമൂഹത്തിന്റെ താഴെത്തട്ടിലുള്ളവരോട് ഇടപെടേണ്ടി വന്ന വിദേശികൾക്ക് നാട്ടുകാരുടെ ഭാഷ പഠിക്കുകയും അതിലൂടെ ആശയവിനിമയം നടത്തുകയും ചെയ്യേണ്ടത് ആവശ്യമായിരുന്നു. അങ്ങനെ മിഷനറിമാർ മലയാളഭാഷ പഠിക്കുക മാത്രമല്ല, ഭാഷാ പഠനത്തിനു സഹായകമായ ഒട്ടേറെ ഗ്രന്ഥങ്ങൾ മലയാളത്തിൽ രചിക്കുകയും ചെയ്തു. അങ്ങനെ പാശ്ചാത്യഗദ്യശൈലിയുടെ മാതൃകയിൽ ആധുനിക മലയാള ഗദ്യത്തിന്റെ വികാസത്തിന് ശാസ്ത്രീയമായ അടിസ്ഥാനമുറപ്പിച്ചത് മിഷനറിമാരാണ്. ഉദയംപേരൂർ സുനഹദോസിലെ *കാനോനുകൾ, സംക്ഷേപവേദാർത്ഥം, മലയാള വ്യാകരണം, മലയാള നിഘണ്ടു, വേദതർക്കം, വർത്തമാനപുസ്തകം* എന്നിവ ഈ വിധത്തിൽ ആധുനിക ഗദ്യസാഹിത്യവികാസത്തിന് വഴിയൊരുക്കി. കേരളത്തിലെ നാടൻപാട്ടുകളിലും പഴഞ്ചൊല്ലുകളിലും മിഷനറിമാർ പ്രത്യേക താൽപ്പര്യം കാണിച്ചിരുന്നു. അധിനിവേശകാലത്ത് കേരളത്തിലെ ഫോക്‌ലോർ പഠനങ്ങൾക്കു തുടക്കം കുറിച്ച പൗലിനോസ് പാതിരിയുടെ പ്രധാന സംഭാവനകളിലൊന്ന് നൂറോളം പഴഞ്ചൊല്ലുകൾ സമാഹരിച്ചു എന്നതായിരുന്നു.

ഭാഷാഗദ്യവികാസത്തിന് വേഗം കൂട്ടുകയും വിവിധ ദേശങ്ങളിലെ ഗദ്യപ്രയോഗങ്ങൾക്ക് ഐകരൂപ്യം വരുത്തി ഭാഷയെ സാർവ്വജനീനമാക്കുകയും ചെയ്യുന്നതിൽ കേരളത്തിലെ പത്രപ്രവർത്തനം നൽകിയ സംഭാവന വളരെ വലുതാണ്. *ജ്ഞാനനിക്ഷേപം, പശ്ചിമതാരക, സത്യനാദകാഹളം, കേരളമിത്രം, കേരള പത്രിക, മലയാളി, നസ്രാണി ദീപിക, മലയാള മനോരമ, സുജനാനന്ദിനി, വിദ്യാവിലാസിനി, ഭാഷാപോഷിണി* എന്നിങ്ങനെയുള്ള പത്രമാസികകൾ ഗദ്യത്തിന്റെ പ്രയോഗരീതികൊണ്ടും ഗദ്യത്തിലൂടെ ജനബോധത്തിലെത്തിക്കാൻ കഴിയുന്ന വിഷയങ്ങളുടെ വൈവിധ്യവും പുതുമയുംകൊണ്ടും ഭാഷയെ സമ്പുഷ്ടമാക്കി. പുതിയ പുതിയ ആശയലോകങ്ങൾ ഭാഷയിൽ നിർമ്മിക്കുന്നതിനും ശൈലീവിശേഷങ്ങൾ ആവിഷ്കരിക്കുന്നതിനും പത്രപ്രവർത്തനത്തിന്റെ സംഭാവന ഗണനീയമാണ്.

*കേരളവർമ്മ വലിയകോയിത്തമ്പുരാൻ*

കേരളവർമ്മ വലിയകോയിത്തമ്പുരാന്റെ നേതൃത്വത്തിൽ തിരുവിതാംകൂറിൽ രൂപീകരിച്ച പാഠപുസ്തകക്കമ്മിറ്റി ഗദ്യവികാസത്തിന് നിസ്തുലമായ സംഭാവന നൽകി. വിവിധ ക്ലാസുകളിലേക്ക് മലയാള പാഠപുസ്തകങ്ങളുണ്ടാക്കുകയായിരുന്നു കമ്മിറ്റിയുടെ ചുമതല. ഭാഷയിൽ ആവശ്യത്തിന് ഗദ്യരചനകളില്ലെന്നത് പാഠപുസ്തക നിർമ്മാണവിഷയത്തിൽ

കമ്മിറ്റി നേരിട്ട വലിയൊരു തടസ്സമായിരുന്നു. ഈ പ്രതിസന്ധിയിൽ വിവിധ വിഷയങ്ങളെ സംബന്ധിച്ച് വ്യത്യസ്ത രീതിയിലുള്ള ഗദ്യരചനകൾ തയ്യാറാക്കുന്നതിന് കേരളവർമ്മ ഒട്ടേറെ വിദഗ്ദ്ധരെ പ്രത്യേകമായി നിയോഗിച്ചു. അദ്ദേഹം സ്വന്തമായിത്തന്നെ ഒട്ടേറെ ഭാഷാരചനകൾ തയ്യാറാക്കുകയും ചെയ്തു. ഇംഗ്ലീഷിലെ ഉപന്യാസങ്ങളുടെ രീതിയിലുള്ള രചനകൾ ഭാഷയിലുണ്ടായത് ഇതോടെയാണ്. പത്രപ്രവർത്തനവും ഈ രീതിയിലുള്ള ഉപന്യാസരചനയുടെ ആവിർഭാവവും കേരളത്തിലെ പൊതുമണ്ഡല രൂപീകരണത്തിന് നൽകിയ സംഭാവന ഗണനീയമാണ്. ജീവചരിത്രം, ദേശചരിത്രം തുടങ്ങിയ വിഭാഗങ്ങളിലുള്ള കൃതികളും ഇതിനെത്തുടർന്നുണ്ടായി. *മഹത്ചരിതസംഗ്രഹം, ഹരിശ്ചന്ദ്രചരിതം, മുഹമ്മദ് ചരിത്രം, തിരുവിതാംകൂർ ചരിത്രം* തുടങ്ങിയവ അക്കൂട്ടത്തിൽ പ്രധാനമാണ്. അറിവുല്പാദനത്തിലെ സുപ്രധാനമായൊരു ഘടകം ചരിത്രബോധമാണെന്ന തിരിച്ചറിവിലേക്ക് കേരളസമൂഹം എത്തിച്ചേരുന്നത് ഈ ഘട്ടത്തിലാണ്.

ഈ ബോധം കുറെക്കൂടി മുന്നേറിയതിന്റെ ഫലമാണ് പി ഗോവിന്ദപ്പിള്ളയുടെ *ഭാഷാചരിത്ര*രചന. മലയാള ഭാഷയെയും ഭാഷയിലെ സാഹിത്യകൃതികളെയും സംബന്ധിച്ച ചരിത്രം വിവരിക്കുന്നതിനുള്ള ആദ്യസംരംഭമായിരുന്നു അത്. വ്യക്തിയുടെയും സമൂഹത്തിന്റെയും കഥയെക്കുറിച്ചുള്ള കാഴ്ചപ്പാട് ദേശത്തിന്റെ കഥയെ സംബന്ധിച്ചതായി വികസിക്കുകയും ഭാഷയും സാഹിത്യവുമടങ്ങുന്ന സാംസ്കാരിക സവിശേഷതകൾ പഠനവിധേയമാക്കേണ്ടതാണെന്ന പുതിയൊരവബോധമായി മാറുകയും ചെയ്യുന്നത് ഈ കാലത്തോടെയാണ്. കേരളസമൂഹം ജനാധിപത്യവൽക്കരിക്കപ്പെട്ടുവരുന്നതിനു സമാന്തരമായാണ് ഭാഷയിലെയും സാഹിത്യത്തിലെയും ഈ പരിണാമവികാസങ്ങളെന്നതും ശ്രദ്ധിക്കേണ്ടതുണ്ട്.

കേരളവർമ്മ വലിയകോയിത്തമ്പുരാനെ തുടർന്ന് ഭാഷാസേവനത്തിനായി ജീവിതം നീക്കിവച്ച എ ആർ രാജരാജവർമ്മ ഭാഷയുടെയും സാഹിത്യത്തിന്റെയും സമഗ്രമായ വളർച്ച ലക്ഷ്യം വച്ച് പ്രവർത്തിക്കുകയാണ് ചെയ്തത്. *കേരളപാണിനീയം, സാഹിത്യസാഹ്യം* എന്നീ കൃതികളുടെ രചനയിലൂടെ അദ്ദേഹം ഗദ്യവികാസത്തിന് സൈദ്ധാന്തികവും പ്രായോഗികവുമായ അടിസ്ഥാനമൊരുക്കി. കുമാരനാശാന്റെ *നളിനി* ഉണ്ണായിവാര്യരുടെ *നളചരിതം* ആട്ടക്കഥ എന്നിവയ്ക്ക് എഴുതിയ അവതാരികകളും വ്യാഖ്യാനവും വഴി ഭാഷാഗദ്യത്തെ ദൃഢീകരിക്കാനും അതിന്റെ പുതിയ സാധ്യതകൾ ചൂണ്ടിക്കാട്ടാനും രാജരാജവർമ്മയ്ക്കു

*എ ആർ രാജരാജവർമ്മ*

കഴിഞ്ഞു. ആധുനിക ഗദ്യത്തിന്റെ പിതാവെന്ന് കേരളവർമ്മയെ വിശേഷിപ്പിക്കുമ്പോഴും ഗദ്യത്തെ ജനാധിപത്യവൽക്കരിക്കുന്നതിനും സമ്പുഷ്ടമാക്കുന്നതിനും ആധുനീകരിക്കുന്നതിനും എ ആർ നടത്തിയ പ്രവർത്തനങ്ങൾ പ്രധാനമായിത്തന്നെ നിൽക്കുന്നു.

പത്രപ്രവർത്തനരംഗവുമായി ബന്ധപ്പെട്ടാണ് മലയാളഗദ്യം ശക്തിയാർജ്ജിക്കുകയും ജനങ്ങളിലേക്കെത്തിച്ചേർന്ന് ഭാഷയെ മാനകീകരിക്കുകയും (standardize) ചെയ്തത്. ആധുനിക നിരൂപണത്തിന്റെ വികാസവും പത്രപ്രവർത്തനത്തോടു ബന്ധപ്പെട്ടിരിക്കുന്നു. വിദ്വാൻ സി എസ് നായർ, സി പി അച്യുതമേനോൻ, കെ രാമകൃഷ്ണപിള്ള, കേസരി ബാലകൃഷ്ണപിള്ള എന്നിവർ രചിച്ച ഗ്രന്ഥനിരൂപണങ്ങളും സാഹിത്യവിമർശനപരമായ ലേഖനങ്ങളും മലയാളഗദ്യത്തിന്റെ വികാസത്തിനെന്നപോലെ അതിനെത്തിപ്പിടിക്കാൻ കഴിയുന്ന വൈജ്ഞാനികരംഗത്തിന്റെയും ആസ്വാദനപരമായ അനുഭവങ്ങളുടെയും പുതിയ മേഖലകളുടെ വിപുലീകരണത്തിലേക്കും വഴിതെളിച്ചു. മലയാളത്തിലെ ആദ്യത്തെ സാഹിത്യമാസികയായ *വിദ്യാവിനോദിനി*യിലൂടെ സി പി അച്യുതമേനോൻ സാഹിത്യനിരൂപണത്തെ ഒരു സവിശേഷ പ്രസ്ഥാനമാക്കി സാധാരണ ജനങ്ങളിൽ പ്രതിഷ്ഠാപനം ചെയ്യാൻ ശ്രമിച്ചു. പ്രാചീന ഭാരതീയ കാവ്യസങ്കല്പങ്ങളാണ് അദ്ദേഹത്തെ മുഖ്യമായും നയിച്ചിരുന്നതെങ്കിലും അവയെ കഴിയുന്നതും ആധുനികമായ അവബോധവുമായി ഇണക്കിച്ചേർക്കാനും സമകാലികമാക്കാനും അദ്ദേഹം ശ്രമിച്ചിരുന്നു. ഒരു കലാപകാരിയുടെ മനസ്സും ആധുനികമായ സംവേദനങ്ങളെ ഉൾക്കൊള്ളാനും വിന്യസിപ്പിക്കാനുമുള്ള ത്വരയും കെ രാമകൃഷ്ണപിള്ളയുടെ വ്യക്തിത്വഘടനയുടെ സവിശേഷതയായിരുന്നു. *സ്വദേശാഭിമാനി* പത്രത്തിന്റെ പത്രാധിപരെന്ന നിലയിൽ അനീതിയെയും അസത്യത്തെയും വിട്ടുവീഴ്ചയില്ലാതെ എതിർക്കാനും അവസാനം നാടുകടത്തപ്പെടാനും കാരണമായത് ഈ സവിശേഷതയാണ്. ഗദ്യഭാഷാപ്രയോഗത്തിന്റെ വിവിധ മേഖലകളിൽ രാമകൃഷ്ണപിള്ളയുടെ സംഭാവനകളുണ്ടായി. ശക്തമായ മുഖപ്രസംഗങ്ങൾക്കു പുറമെ സാഹിത്യനിരൂപണപരമായ ലേഖനങ്ങളും കാൾ മാർക്സ്, മഹാത്മാഗാന്ധി എന്നിവരുടെ ജീവചരിത്രങ്ങളും രചിച്ച് സമൂഹത്തിന് പുതിയൊരു ദിശാബോധം നൽകാനും അങ്ങനെ കേരളത്തിലെ പൊതുമണ്ഡലസൃഷ്ടിക്ക് തനതായ സംഭാവന നൽകാനും രാമകൃഷ്ണപിള്ളയ്ക്കു കഴിഞ്ഞു. മാർക്സ്, ഗാന്ധിജി എന്നിവർ കേരളസമൂഹത്തിൽ ചർച്ചാവിഷയമായെത്തുന്നതിനും ഏറെ മുന്നേയാണ് രാമകൃഷ്ണപിള്ള ഈ ജീവചരിത്രങ്ങളുടെ രചനയിലൂടെ കേരളത്തെ അങ്ങോട്ടാകർഷിച്ചത്. കേരളസമൂഹത്തെ പിന്നീടു നയിച്ച മുഖ്യശക്തികൾ മാർക്സിസവും ഗാന്ധിസവുമായിരുന്നു. ഭാഷയുടെ ഉപയോഗം കൊണ്ട് സമൂഹത്തെ എങ്ങനെ സൃഷ്ടിച്ചെടുക്കാൻ കഴിയുമെന്ന് സ്വദേശാഭിമാനി വ്യക്തമാക്കിത്തന്നു.

*സമദർശി, പ്രബോധകൻ, കേസരി* എന്നിവയുടെ പത്രാധിപരെന്ന നിലയിൽ എ ബാലകൃഷ്ണപിള്ള ഭാഷയ്ക്കു നൽകിയ സംഭാവനകൾ

*കേസരി ബാലകൃഷ്ണപിള്ള*

വിലമതിക്കാനാവാത്തതാണ്. ആധുനികകേരളം വിശാലമായ ലോകത്തിലേക്കു തുറന്നുവച്ച വാതായനമായിരുന്നു കേസരി എന്ന് നിരീക്ഷിക്കപ്പെട്ടിട്ടുണ്ട്. പല ഭാരതീയ ഭാഷകളിലും അസാധാരണമായ അറിവു നേടിയിരുന്ന അദ്ദേഹം പാശ്ചാത്യലോകത്ത് ഉദിച്ചുവരുന്ന പുതിയ പുതിയ അറിവുകളെയും ചിന്തകളെയും പ്രസ്ഥാനങ്ങളെയും അതതുകാലത്ത് മലയാളത്തിൽ ആവിഷ്കരിക്കാൻ പ്രത്യേകം ശ്രദ്ധിച്ചു. ഗദ്യസാഹിത്യത്തെയും ഭാഷാപ്രയോഗത്തെയും ജനതയെത്തന്നെയും സമകാലികമാക്കുന്നതിൽ കേസരി എപ്പോഴും മനസ്സുവച്ചിരുന്നു. മലയാളത്തിലെ പ്രഗൽഭരായ പല എഴുത്തുകാരെയും വളർത്തിയെടുക്കുന്നതിൽ ബാലകൃഷ്ണപിള്ള വഹിച്ച പങ്ക് മറക്കാനാവാത്തതാണ്.

ഗദ്യസാഹിത്യത്തിന്റെ കുതിച്ചുചാട്ടമാണ് പിന്നീട് നാം കാണുന്നത്. മുൻകാലത്ത് പദ്യം കൈയടക്കിവച്ചിരുന്ന ഒട്ടെല്ലാ മേഖലകളും ഗദ്യവ്യവഹാരങ്ങൾ പിടിച്ചെടുത്തു. ഇരുപതാം നൂറ്റാണ്ടിന്റെ ആദ്യഘട്ടംവരെ സാഹിത്യ പ്രസ്ഥാനങ്ങളെല്ലാം പദ്യാശ്രിതങ്ങളായിരുന്നെങ്കിൽ പിന്നീട് കഥ, നോവൽ, നാടകം, ഉപന്യാസം, ജീവചരിത്രം, ആത്മകഥ, സഞ്ചാര സാഹിത്യം, ബാലസാഹിത്യം, ശാസ്ത്രസാഹിത്യം, ചലച്ചിത്ര സാഹിത്യം എന്നിങ്ങനെ സാഹിത്യത്തിന്റെ വിഭാഗങ്ങളെല്ലാം തന്നെ ഗദ്യത്തിലൂടെയായി. പൊതുസമൂഹത്തിലെന്നപോലെ ഭാഷയിലും സാഹിത്യത്തിലും കലയിലുമെല്ലാം നടന്ന ജനാധിപത്യവൽക്കരണത്തിന്റെ ഫലമാണിത്. സാധാരണമനുഷ്യന്റെ വ്യവഹാരഭാഷയ്ക്കു കിട്ടിയ അംഗീകാരം പൊതുസമൂഹത്തിൽ അവൻ പിടിച്ചെടുത്ത അംഗീകാരത്തിന്റെ രൂപഭേദമായിരുന്നു. അന്നുവരെ എഴുത്തിനും വായനയ്ക്കും അർഹരല്ലെന്നു കരുതപ്പെട്ടിരുന്ന സാമാന്യജനങ്ങളിലെ ഭൂരിപക്ഷവിഭാഗം, കീഴാളരെന്നും പിന്നോക്കക്കാരെന്നും മറ്റും കരുതപ്പെട്ടിരുന്നവർ എഴുതാനും വായിക്കാനും തുടങ്ങി എന്നു മാത്രമല്ല, പിന്നീടുള്ള എഴുത്തുകാരിൽ നല്ലൊരു വിഭാഗം തന്നെ അവരിൽ നിന്നുള്ളവരാകുകയും ചെയ്തു. എഴുത്തിന്റെ വിഷയം ആഢ്യ-വരേണ്യകഥകളിൽ നിന്നുമാറി സാധാരണക്കാരന്റെ ജീവിതമായിത്തീർന്നു. ഗദ്യസാഹിത്യവിഭാഗങ്ങൾക്കുണ്ടായ ബഹുത്വമെന്നത് സാധാരണ ജനവിഭാഗങ്ങൾക്ക് സമൂഹത്തിൽ കൈവന്ന വ്യാപാരസാധ്യതകളുടെ ബഹുത്വത്തെയാണ് സൂചിപ്പിക്കുന്നത്.

തികച്ചും ഒരു ചെറുന്യൂനപക്ഷത്തിന്റേതായിരുന്ന സാഹിത്യത്തെ ഗദ്യഭാഷാവികാസം ജനകീയവൽക്കരിക്കുകയും സാഹിത്യത്തെ ഭൂരി

*സി വി രാമൻപിള്ള*

പക്ഷത്തിന്റേതാക്കി മാറ്റുകയും ചെയ്തതാണ് കഴിഞ്ഞ രണ്ടു നൂറ്റാണ്ടുകാലത്തിനിടയ്ക്ക് കേരളത്തിലുണ്ടായ ഏറ്റവും ശ്രദ്ധേയമായ ഒരു പരിണാമം. ഗദ്യസാഹിത്യം സാധാരണ ജനങ്ങളുടെ സംഭാഷണഭാഷയോട് അടുത്തുവെന്നു മാത്രമല്ല സാധാരണ ജനങ്ങളുടെ ഭാഷതന്നെ സംഭാഷണരൂപത്തിലും മറ്റും സാഹിത്യത്തിന്റെ പൂമുഖത്തെത്തുകയും പല കൃതികളിലെയും ഏറ്റവും സംവേദനാത്മകമായ ഭാഗമായി മാറുകയും ചെയ്തു. നവോത്ഥാന കലാസാഹിത്യം മൊത്തത്തിൽത്തന്നെ ഈ വസ്തുത ഉദാഹരിക്കുന്നുണ്ട്. സി വി രാമൻ പിള്ളയുടെ കൃതികളിലെ സംഭാഷണഭാഷയെ മുൻനിർത്തി *പ്രതിപാത്രം ഭാഷണഭേദം* എന്നൊരു പ്രൗഢമായ ഗവേഷണഗ്രന്ഥം രചിക്കാൻ പ്രൊഫ എൻ കൃഷ്ണപിള്ളയ്ക്ക് പ്രേരകമായത് ഈ വസ്തുതയാണ്. നവോത്ഥാനകാല ഗദ്യകൃതികളെല്ലാം തന്നെ ഈ വിധത്തിൽ ഒരു പഠനം അർഹിക്കുന്നുണ്ട്. സാധാരണക്കാരന്റെ ജീവിതം അടിച്ചമർത്തലുകളിലും പാരുഷ്യങ്ങളിലും വിഹ്വലതകളിലും നിന്ന് പ്രത്യാശയിലേക്കും പുതിയ പ്രതിസന്ധികളിലേക്കും അവയുടെ പരിഹാരയത്നങ്ങളിലേക്കും എങ്ങനെയെല്ലാം സഞ്ചരിച്ചു എന്നതിന്റെകൂടി രേഖയാണ് ഈ കൃതികളിലെ സംഭാഷണഭാഷയുടെ പ്രയോഗം.

# 7

# നോവലും ചെറുകഥയും

നവോത്ഥാന പ്രവർത്തനങ്ങളുടെ ഫലമായി സാധാരണക്കാരനിലേക്ക് അക്ഷരവെളിച്ചമായെത്തിയത് പുതിയ ജീവിതാവബോധവും അതിനു പ്രേരകമായ ആഭ്യന്തരവും ബാഹ്യവുമായ സാഹചര്യങ്ങളുടെ ഒത്തൊരുമിപ്പുമാണെങ്കിൽ, ആ വെളിച്ചം സമൂഹത്തിൽ വ്യാപകമായി പടർത്തുന്നതിന് ഏറ്റവും സഹായകമായത് കഥാസാഹിത്യമാണ് (Fiction). കഥയെന്നാൽ ജീവിതകഥയാണ്. ജീവിതമെന്നത് കൊട്ടാരങ്ങളിലും കോവിലകങ്ങളിലുമല്ല സാധാരണ മനുഷ്യരിലാണെന്ന പുതിയൊരു കാഴ്ചപ്പാട് സമൂഹത്തിൽ പ്രബലമായി വന്നതിനെ തുടർന്ന് സാധാരണ മനുഷ്യനെ കേന്ദ്രീകരിച്ചുതന്നെ കഥകളുണ്ടായിത്തുടങ്ങി. 'ധീരോദാത്തനും അതിപ്രതാപഗുണവാനും വിഖ്യാതവംശ്യനും ധരാപാലനു'മായ പഴയ നായകനെ സാഹിത്യം പുരാവസ്തുവായിത്തള്ളി. കഥയുടെ വിഷയം, രചന, ആസ്വാദനം എല്ലാം അനുക്രമം സമൂഹത്തിന്റെ താഴെത്തട്ടിലേക്ക് ഇറങ്ങിവരുന്നതാണ് കഥാചരിത്രത്തിന്റെ വികാസം കാട്ടിത്തന്നത്.

*ഒ ചന്തുമേനോൻ*

ലക്ഷണമൊത്ത നോവൽ എന്ന നിലയിൽ മലയാളത്തിൽ ആദ്യമായുണ്ടായ ഒയ്യാരത്തു ചന്തുമേനോന്റെ *ഇന്ദുലേഖ* എന്ന നോവലിനു പറയാനുള്ളത് സമകാലസമൂ

ഹത്തിന്റെ കഥയാണെന്നും ആ സമൂഹം വളരെ ചടുലമായ പരിണാമങ്ങൾക്ക് വിധേയമായിക്കൊണ്ടിരിക്കുകയാണെന്നും വ്യക്തമാക്കി. പഴയ കെട്ടുകൾ പൊട്ടിത്തകർന്നുകൊണ്ടിരിക്കുന്ന സമൂഹത്തിൽ വ്യക്തിയുടെ ദുഃഖങ്ങളും മോഹങ്ങളും കൂടുതൽ ശക്തമായിക്കൊണ്ടിരിക്കുകയാണെന്നും *ഇന്ദുലേഖ* കാട്ടിത്തന്നു. സമൂഹത്തിലെയാണെങ്കിലും കുടുംബത്തിലെയാണെങ്കിലും അധികാരിക്കല്ല അധികാരത്തിന്റെ ചവിട്ടടിയിൽ ഞെരിയേണ്ടിവരുന്ന പ്രജകൾക്കാണ് കഥയുള്ളതെന്നുകൂടി ആ നോവൽ കാട്ടിത്തന്നു. കാരണവരുടെ ആജ്ഞാധികാരങ്ങളെക്കാൾ അനന്തിരവരുടെ സഹനങ്ങളും ചോദ്യംചെയ്യലുകളുമാണ് കൂടുതൽ ശക്തമെന്നും *ഇന്ദുലേഖ* വ്യക്തമാക്കി. പിന്നീട് കഥാലോകം തന്നെ പ്രജകളുടേതായി മാറി. അവരുടെ കഥകൾ പെരുകുകയും ഏറ്റവും വിപുലവും പ്രമുഖവുമായ സാഹിത്യവിഭാഗമായി അത് മാറുകയും ചെയ്തു.

ഏതാണ്ട് അതേ കാലത്തു തന്നെയുണ്ടായ സി വി രാമൻപിള്ളയുടെ *മാർത്താണ്ഡവർമ്മ* തുടങ്ങിയ നോവലുകളും ഗദ്യസാഹിത്യത്തിന്റെയും കഥാസാഹിത്യത്തിന്റെയും വികാസത്തിലെ നാഴികക്കല്ലുകളായി. ബ്രിട്ടീഷ്ഭരണത്തിൽ അധികാരസ്ഥാനം വഹിച്ചിരുന്ന ചന്തു മേനോൻ *ഇന്ദുലേഖ, ശാരദ* എന്നീ കൃതികളിലൂടെ പ്രജാകേന്ദ്രിതമായി സമൂഹത്തിന്റെ കഥപറഞ്ഞപ്പോൾ രാജഭരണത്തിന്റെ അനുയായി ആയിരുന്ന രാമൻപിള്ള രാജാധിപത്യകേന്ദ്രിതമായി അതേ സമൂഹത്തിന്റെ കഥ പറയുകയാണ് ചെയ്തത്. *മാർത്താണ്ഡവർമ്മ, രാമരാജ ബഹദൂർ, ധർമ്മരാജാ* എന്നീ നോവലുകളിലൂടെ രാജാധിപത്യം തിരുവിതാംകൂറിന്റെ ചരിത്രത്തെ നയിച്ചതെങ്ങനെയെന്ന് സ്വന്തം കാഴ്ചപ്പാടിലൂടെ അദ്ദേഹം വ്യക്തമാക്കി. എന്നാൽ അസാധാരണമായ സർഗ്ഗവൈഭവവും ഭാഷാപ്രയോഗസിദ്ധിയും വ്യക്തിബോധത്തെയും കടന്നുനിൽക്കുന്ന സൂക്ഷ്മനിരീക്ഷണപാടവവുംകൊണ്ട് താൻ പറയുന്ന രാജാധിപത്യകേന്ദ്രിതമായ കഥകൾക്ക് ചില ഉപപാഠങ്ങൾ, സ്വയമറിയാതെ നിർമ്മിക്കുകകൂടി ചെയ്തു സി വി രാമൻപിള്ള. തന്റെ പ്രശംസയ്ക്കാധാരമായ രാജത്വത്തിന്റെ തന്നെ ചരിത്രം സൃഷ്ടിക്കുന്നത് സാധാരണ ജനങ്ങളാണെന്നാണ് ആ ഉപപാഠങ്ങൾ വ്യക്തമാക്കുന്നത്. രാജാധിപത്യത്തിന്റേതല്ല, പ്രജാപ്രാമുഖ്യത്തിന്റേതാണ് ഇനിയുള്ള കാലമെന്നു വിളിച്ചറിയിച്ച ഈ കൃതികൾ സമൂഹത്തിലും സാഹിത്യത്തിലും വരാൻ പോകുന്ന പരിണാമത്തിന്റെ പതാകാവാഹകരായിരുന്നു.

പിന്നീടുണ്ടായ നോവലുകളിൽ ഒട്ടെല്ലാറ്റിനും തന്നെ ചരിത്രപരമായ പ്രാധാന്യം മാത്രമാണ് ഉണ്ടായിരുന്നതെന്ന് പറയാം. പ്രതിപാദ്യത്തിന്റെയോ രചനയുടെയോ മികവുകൊണ്ട് അനുവാചകലോകത്തെ പുതിയ ഔന്നത്യങ്ങളിലേക്കു നയിക്കുന്നവയെന്ന് അവയെ വിശേഷിപ്പിക്കാനാവില്ല. എന്നാൽ, മുകളിൽ സൂചിപ്പിച്ചതുപോലെ, സമൂഹത്തിൽ ദ്രുതഗതിയിലുണ്ടായിക്കൊണ്ടിരുന്ന പരിണാമത്തിന്റെ കഥാപരമായ സൂചകങ്ങളായി അവ നിലകൊള്ളുകയും ചെയ്തു. ശിഥിലമായിക്കൊണ്ടിരുന്ന

കൂട്ടുകുടുംബ-മരുമക്കത്തായ വ്യവസ്ഥ, സേവകവൃന്ദത്തിന്റെ ദുർബോധനത്തിനു വിധേയമായി വഴിതെറ്റുന്ന രാജഭരണം, പഴകിയ ആചാരക്രമങ്ങളുടെയും കൂട്ടുകുടുംബവ്യവസ്ഥയുടെയും ബന്ധനങ്ങളിൽപ്പെട്ട് ഞെരുങ്ങുന്ന ബ്രാഹ്മണഗൃഹങ്ങളിലെ സ്ത്രീജീവിതം മുതലായ വിഷയങ്ങൾ നോവലുകളിലൂടെ മലയാളത്തിന്റെ പൊതുബോധനിർമ്മിതിക്ക് രൂപം കൊടുത്തു. *ഭൂതരായർ, പാറപ്പുറം, അപ്ഫന്റെ മകൾ* തുടങ്ങിയ നോവലുകൾ സമൂഹത്തിൽ നിലനിന്ന യാഥാസ്ഥിതികവും പരിവർത്തനോന്മുഖവുമായ പ്രവണതകളുടെ ആവിഷ്കാരങ്ങളായി.

*പി കേശവദേവ്*

വ്യക്തിയുടെയും സമൂഹത്തിന്റെയും അനുഭവലോകത്തിന്റെ സൂക്ഷ്മാവിഷ്കാരമെന്ന നിലയിലേക്ക് നോവൽ വളരുന്നത് പി കേശവദേവ്, തകഴി ശിവശങ്കരപ്പിള്ള, വൈക്കം മുഹമ്മദ് ബഷീർ, എസ് കെ പൊറ്റക്കാട് തുടങ്ങിയവരുടെ വരവോടെയാണ്. എഴുത്തും എഴുത്തുകാരനും എഴുത്തിനു വിഷയമായ ലോകവും ഈ ഘട്ടമെത്തുന്നതോടെ ഘടനാപരമായി അടിമുടി വ്യത്യാസപ്പെടുന്നതു കാണാം. സാമുദായികമായോ ഔദ്യോഗികമായോ സാമൂഹികസ്ഥാപനങ്ങളിലെ പദവി നിമിത്തമോ ഔന്നത്യം നേടിയവരായിരുന്നു അതിനു മുമ്പ് സാഹിത്യരചനയിലേർപ്പെട്ടിരുന്നത്. എന്നാൽ ഇക്കാലമായതോടെ സാധാരണക്കാരിലും സാധാരണക്കാരായവർ എഴുത്തുകാരായി രംഗത്തെത്തി. ദേശീയ സ്വാതന്ത്ര്യ പ്രക്ഷോഭം, സാമൂഹിക സമത്വത്തിനും ദുർബല ജനവിഭാഗങ്ങളുടെ അവകാശസ്ഥാപനത്തിനും വേണ്ടിയുള്ള സമരങ്ങൾ എന്നിവയുമായി ബന്ധപ്പെട്ട് പുതിയ ജനകീയാവബോധത്തിന്റെ പ്രാതിനിധ്യം നേടിയവരായിരുന്നു അന്നത്തെ പുതിയ എഴുത്തുകാരെന്നതും ശ്രദ്ധേയമാണ്. സാമൂഹികരംഗത്തുള്ള തങ്ങളുടെ ഇടപെടലിന്റെതന്നെ ഒരു മുഖമെന്ന നിലയിലാണ് അവർ സാഹിത്യത്തെയും സമീപിച്ചത്. അതുകൊണ്ട് അക്കാലത്തെ സാമൂഹികപ്രസ്ഥാനങ്ങൾ വിഭാവനം ചെയ്ത ലോകത്തെത്തന്നെയാണ് ഈ നവോത്ഥാന കാഥികരുടെ രചനകളും ലക്ഷ്യമാക്കിയിരുന്നത്. *ഓടയിൽ നിന്ന്, നടി, ഭ്രാന്താലയം, അയൽക്കാർ* (ദേവ്) , *ബാല്യ*

*തകഴി*

*ചെറുകാട്*

*കാലസഖി, ന്റുപ്പാപ്പാക്കൊരാനേണ്ടാർന്നു, പാത്തുമ്മയുടെ ആട്, മതിലുകൾ* (ബഷീർ), *തലയോട്, തോട്ടിയുടെ മകൻ, രണ്ടിടങ്ങഴി, ചെമ്മീൻ, കയർ* (തകഴി), *വിഷകന്യക, ഒരു തെരുവിന്റെ കഥ, ഒരു ദേശത്തിന്റെ കഥ* (പൊറ്റക്കാട്), *മണ്ണിന്റെ മാറിൽ, മുത്തശ്ശി, ശനിദശ, ദേവലോകം* (ചെറുകാട്) തുടങ്ങിയ നോവലുകൾ ഇങ്ങനെ വിശാലമായ ലോകത്തെ ഉൾക്കൊള്ളുകയും ജീവിതത്തിന്റെ പുതിയ സമസ്യകൾക്ക് ആവിഷ്കാരം നൽകുകയും ചെയ്തു. സാധാരണക്കാർക്കുവേണ്ടി സാധാരണക്കാരുടെ കഥ സാധാരണക്കാർതന്നെ പറയുകയെന്ന എഴുത്തിനെ ജനാധിപത്യവൽക്കരിക്കുന്ന പ്രക്രിയയാണ് ഇതിലൂടെ നിർവഹിക്കപ്പെട്ടത്. അതോടൊപ്പം സാഹിത്യത്തിന്റെ ഭാഷയെന്നത് ക്രമേണ സാധാരണക്കാരന്റെ ഭാഷയായി പരിവർത്തനം ചെയ്യുന്നതും കാണാം. ആദ്യഘട്ടങ്ങളിൽ കഥാഘടനയിൽ പ്രവേശനം ലഭിച്ച സാധാരണക്കാരായ കഥാപാത്രങ്ങളുടെ സംഭാഷണഭാഷയെന്ന നിലയിലാണ് ഈ ഭാഷയ്ക്ക് സാഹിത്യത്തിൽ പ്രവേശനം കിട്ടിയതെങ്കിൽ പിന്നീട് കഥാകൃത്തിന്റെ ആഖ്യാനഭാഷതന്നെ അതായി മാറുകയാണു ചെയ്തത്. ഇങ്ങനെ തനി ഗ്രാമീണഭാഷയെ സാഹിത്യരചനയുടെതന്നെ ഭാഷയാക്കി മാറ്റുന്നതിൽ ബഷീറിന്റെ സംഭാവന അഗ്രഗണ്യമാണ്. ബഷീർകൃതികളെ ആമൂലാഗ്രം ജീവത്താക്കി നിർത്തുന്ന മുഖ്യസവിശേഷതയും ഭാഷയിലൂടെ ഗ്രാമീണജീവിതവുമായി നിരന്തരം പുലർത്തുന്ന നാഭീനാളബന്ധം തന്നെ.

*ബഷീർ*

എഴുത്തിനെ ജനാധിപത്യവൽക്കരിക്കുകയെന്ന ഈ പ്രക്രിയയുടെ തുടർച്ചയെയാണ് പിന്നീടുവന്ന നോവലിസ്റ്റുകൾ അവരുടെ കൃതികളിലൂടെ പ്രതിനിധാനം ചെയ്തത്. ഉറൂബ്, എം ടി വാസുദേവൻ നായർ എന്നീ പേരുകൾ ഇക്കാര്യത്തിൽ ഏറെ ശ്രദ്ധേയമാണ്. ദേശീയ പ്രസ്ഥാനത്തിന്റെയും കമ്യൂണിസ്റ്റ് പ്രസ്ഥാനത്തിന്റെയും സാമൂഹിക നവീകരണ പ്രസ്ഥാനങ്ങളുടെയും പ്രവർത്തനഫലമായി ഫ്യൂഡലിസം തകരുകയും കൂട്ടുകുടുംബവ്യവസ്ഥ ശിഥിലമാവുകയും ചെയ്തതോടെ പഴമ നിർമ്മിച്ചുവച്ചിരുന്ന സുരക്ഷിതമണ്ഡലത്തിൽ നിന്ന് വ്യക്തി പുറ

*ഉറൂബ്*

ത്തേക്ക് എടുത്തെറിയപ്പെട്ടു. സ്വാതന്ത്ര്യത്തോടൊപ്പം അശരണതയും അതോടൊപ്പംതന്നെ ഉത്ഥാനവാഞ്ഛയും സ്വയമറിയാതെ വളർന്നുവന്ന് പുതിയൊരു മനുഷ്യനായിത്തീർന്ന് അവൻ ആന്തരമായും ബാഹ്യമായും ഏറിയ സംഘർഷങ്ങൾക്ക് വിധേയനായിത്തീർന്നു. ഈ പരിണാമത്തെ അഗാധമായി ഉൾക്കൊള്ളുകയും ബാഹ്യ സമൂഹവും വ്യക്തിയുടെ ആന്തരതലങ്ങളും അതിനോടു പ്രതികരിക്കുന്നതെങ്ങനെ എന്ന് സൂക്ഷ്മമായി നിരീക്ഷിക്കുകയും ചെയ്ത് മനുഷ്യമനസ്സിന്റെ മഹാകഥകൾക്ക് ഉറൂബ് (പി സി കുട്ടികൃഷ്ണൻ) ആവിഷ്കാരം നൽകി. *ഉമ്മാച്ചു, മിണ്ടാപ്പെണ്ണ്, സുന്ദരികളും സുന്ദരന്മാരും, അണിയറ* തുടങ്ങിയ നോവലുകളുടെ രചനയിലൂടെ ഉറൂബ്, എം ടി ഉൾപ്പെടെയുള്ള കാഥികർക്ക് പുതിയൊരു സഞ്ചാരപഥം ഒരുക്കിവച്ചു. ഇങ്ങനെ ദ്രുതപരിണാമിയായ ചലനങ്ങൾക്കുവിധേയമായ സമൂഹത്തിൽ സ്വത്വം തേടാൻ നിർബന്ധിതനായിത്തീരുന്ന മനുഷ്യനിലെ ഈ സംഘർഷങ്ങളുടെ ഭാവാത്മകമായ ആവിഷ്കാരങ്ങളാണ് *നാലുകെട്ട്, അസുരവിത്ത്, മഞ്ഞ്, കാലം, രണ്ടാമൂഴം* തുടങ്ങിയ എം ടി വാസുദേവൻ നായരുടെ നോവലുകൾ.

*പാപികൾ, സ്വർഗ്ഗദൂതൻ* (പോഞ്ഞിക്കര റാഫി), *നിണമണിഞ്ഞ കാല്പാടുകൾ, പണിതീരാത്ത വീട്, അരനാഴികനേരം* (പാറപ്പുറത്ത്), *എ മൈനസ് ബി, ഏഴാമെടങ്ങൾ, തട്ടകം* (കോവിലൻ), *ഒരു വഴിയും കുറെ നിഴലുകളും* (രാജലക്ഷ്മി), *ഇണപ്രാവുകൾ, പാടാത്ത പൈങ്കിളി, ഒരു കുടയും കുഞ്ഞുപെങ്ങളും* (മുട്ടത്തുവർക്കി), *താളം, കാട്ടുകുരങ്ങ്, മരണം ദുർബലം* (കെ സുരേന്ദ്രൻ), *നിറമുള്ള നിഴലുകൾ, ഊഞ്ഞാൽ, അവകാശികൾ* (വിലാസിനി), *വേരുകൾ, യക്ഷി, യന്ത്രം* (മലയാറ്റൂർ രാമകൃഷ്ണൻ), *കള്ളിച്ചെല്ലമ്മ, കള്ള്* (ജി വിവേകാനന്ദൻ), *അറിയപ്പെടാത്ത മനുഷ്യജീവികൾ, ആത്മാവിന്റെ നോവുകൾ, ഉണ്ണിക്കുട്ടന്റെ ഒരു ദിവസം* (നന്തനാർ), *ആരോഹണം, സർ ചാത്തു, ജനറൽ ചാത്തൻസ്* (വി കെ എൻ), *മരം, എണ്ണപ്പാടം, ദൈവത്തിന്റെ കണ്ണ്* (എൻ പി മുഹമ്മദ്), *ബലിക്കല്ല്, ആനപ്പക* (ഉണ്ണികൃഷ്ണൻ പുതൂർ), *ഇനി ഞാൻ ഉറങ്ങട്ടെ* (പി കെ ബാലകൃ

*ലളിതാംബിക അന്തർജനം*

ഷ്ണൻ), *അഗ്നിസാക്ഷി* (ലളിതാംബിക അന്തർജ്ജനം), *നിഴൽപ്പാടുകൾ, മുൻപേ പറക്കുന്ന പക്ഷികൾ, സ്പന്ദമാപിനികളേ നന്ദി* (സി രാധാകൃഷ്ണൻ), *നെല്ല്, ആഗ്നേയം, ചാവേർ* (പി വത്സല), *അഭയം, അഷ്ടപദി, ഒരു സങ്കീർത്തനം പോലെ* (പെരുമ്പടവം ശ്രീധരൻ), *സ്മാരകശിലകൾ, മരുന്ന്* (പുനത്തിൽ കുഞ്ഞബ്ദുള്ള), *ഉൾക്കടൽ, ഇല്ലം* (ജോർജ് ഓണക്കൂർ), *ഭ്രഷ്ട്, അശ്വത്ഥാമാവ്, നിഷാദം* (മാടമ്പ് കുഞ്ഞുകുട്ടൻ), *തൃക്കോട്ടൂർപ്പെരുമ, ഒരു പടകാളിപ്പെണ്ണിന്റെ ചരിത്രം* (യു എ ഖാദർ), *ഇന്നലത്തെ മഴ* (എൻ മോഹനൻ), *പഞ്ചവൻകാട്, കയീന്റെ വംശം, ഗോത്രദാഹം* (വൈക്കം ചന്ദ്രശേഖരൻ നായർ), *മാന്യയായ ഭാര്യ, കഥയിങ്ങനെ* (ജി എൻ പണിക്കർ) എന്നു തുടങ്ങി മലയാള നോവലിന്റെ ഇപ്പറഞ്ഞ മുഖത്തിന് ചൈതന്യവും ദീപ്തിയും പകർന്ന എഴുത്തുകാർ ഇനിയും ഏറെയുണ്ട്. ഇവരുടെ രചനകളിലൂടെ നോവൽ കൂടുതൽ ജനകീയവൽക്കരിക്കപ്പെട്ടു. നോവലിന്റെ പ്രമേയം ഒരുവശത്തുകൂടെ കൂടുതൽ ജനകീയവൽക്കരിക്കപ്പെട്ടപ്പോൾ മറുവശത്ത് അത് ഏറെ വൈയക്തികതയ്ക്ക് പ്രാധാന്യമുള്ളതായിത്തീരുകയും ചെയ്തു. പൊതുസമൂഹത്തിന്റെ താല്പര്യങ്ങൾക്കും മാനവികതയ്ക്കും പ്രാമുഖ്യം നൽകുന്ന പ്രമേയമാണ് നോവൽ സാഹിത്യത്തിൽ കൂടുതൽ ശ്രദ്ധേയങ്ങളായ സംഭാവന നൽകാൻ പര്യാപ്തമായതെന്നു കാണാം. വ്യക്ത്യനുഭവങ്ങളുടെ ആന്തരതലങ്ങളിലേക്ക് ആഴ്ന്നിറങ്ങാൻ ശ്രമിക്കുന്ന നോവലുകളും മറുവശത്ത് ഉണ്ടായിട്ടുണ്ട്. ആഖ്യാനത്തിന്റെയും ആവിഷ്കാരത്തിന്റെയും വൈചിത്ര്യ വൈവിധ്യങ്ങളിലാണ് അവ പ്രധാനമായും ഊന്നിയത്. ഭാഷാപ്രയോഗത്തിന്റെ വൈവിധ്യവൽക്കരണത്തിലും ആധുനികീകരണത്തിലും നോവലുകൾ നൽകിയ സംഭാവനകൾ ശ്രദ്ധേയമാണ്.

ആധുനികരെന്നും അത്യന്താധുനികരെന്നും വിശേഷിപ്പിക്കപ്പെട്ട ഒരു വിഭാഗം എഴുത്തുകാരെക്കുറിച്ചാണ് ഇനി പരാമർശിക്കാനുള്ളത്. യുദ്ധാനന്തരകാലത്ത് യൂറോപ്പിലുണ്ടായ ആധുനികതാവാദത്തിന്റെ കേരളരൂപമെന്ന് ഇവിടത്തെ ആധുനികതാപ്രസ്ഥാനത്തെ വിശേഷിപ്പിക്കാം. ജീവിതസമീപനത്തിലും പ്രമേയസ്വീകാരത്തിലും രചനാതന്ത്രത്തിലുമെല്ലാം നിലവിലിരുന്നതിൽ നിന്ന് തികച്ചും വ്യത്യസ്തമായ സങ്കേതങ്ങളാണ് ഈ നോവലിസ്റ്റുകൾ സ്വീകരിച്ചത്. കാലഘട്ടത്തിന്റെ സവിശേഷതകളെന്ന് അവർ വിശേഷിപ്പിച്ച ആത്മസംഘർഷവും ഉദ്വിഗ്നതയും ആശയകാലുഷ്യവും ഉദ്ദേശ്യരാഹിത്യവും അതിവ്യക്തിപരതയും ആവിഷ്കരിക്കാനുള്ള മാധ്യമ

*ഒ വി വിജയൻ*

മെന്ന നിലയിലാണ് അവർ നോവലിനെ സമീപിച്ചത്. തികഞ്ഞ പുതുമയും വ്യതിരിക്തതയുമുള്ള ഒട്ടേറെ കൃതികളുടെ ആവിർഭാവത്തിന് ഇത് കാരണമായി. *അജ്ഞതയുടെ താഴ്‌വര, വസൂരി, ഉഷ്ണമേഖല* (കാക്കനാടൻ), *ദൽഹി, ആവിലായിയിലെ സൂര്യോദയം, മയ്യഴിപ്പുഴയുടെ തീരങ്ങളിൽ, കേശവന്റെ വിലാപം* (എം മുകുന്ദൻ), *ഖസാക്കിന്റെ ഇതിഹാസം, ധർമ്മ പുരാണം, ഗുരുസാഗരം* (ഒ വി വിജയൻ), *ആൾക്കൂട്ടം, മരുഭൂമികൾ ഉണ്ടാകുന്നത്, ഗോവർദ്ധനന്റെ യാത്രകൾ* (ആനന്ദ്) എന്നിവ അവയിൽ ശ്രദ്ധേയങ്ങളാണ്.

*നക്ഷത്രങ്ങളേ കാവൽ, പ്രതിമയും രാജകുമാരിയും* (പി പദ്മരാജൻ), *ആയുസ്സിന്റെ പുസ്തകം, തടവറകളിൽ കലാപം, അവനവന്റെ ആനന്ദം കണ്ടെത്താനുള്ള വഴികൾ* (സി വി ബാലകൃഷ്ണൻ), *വൃദ്ധസദനം, പെരുങ്കളിയാട്ടം* (ടി വി കൊച്ചുബാവ) *സൂഫി പറഞ്ഞ കഥ, ചരമവാർഷികം* (കെ പി രാമനുണ്ണി), *ആലാഹയുടെ പെൺമക്കൾ, മാറ്റാത്തി* (സാറാ ജോസഫ്), *ബഹുവചനം, തീയുർ രേഖകൾ* (എൻ പ്രഭാകരൻ), *ക്ലാർക്കുമാരുടെ ജീവിതം, കങ്കാരുനൃത്തം* (അശോകൻ ചരുവിൽ), *ചോരശാസ്ത്രം, പുറപ്പാടിന്റെ പുസ്തകം* (വി ജെ ജയിംസ്), *ആന മയിൽ ഒട്ടകം* (ബാബു ഭരദ്വാജ്), *മണൽ ജീവികൾ* (ജി ആർ ഇന്ദുഗോപൻ), അമ്യൂസ്മെന്റ് പാർക്ക് (ഇ സന്തോഷ്കുമാർ), *മരക്കാപ്പിലെ തെയ്യങ്ങൾ* (അംബികാസുതൻ മാങ്ങാട്), *രാജാക്കന്മാരുടെ പുസ്തകം* (കെ എ സെബാസ്റ്റ്യൻ), *സമുദ്ര വിപഞ്ചിക* (വി ആർ സുധീഷ്) *മയിൽപ്പീലി സ്പർശം* (അഷിത) എന്നിങ്ങനെ അനുഭവത്തിന്റെയും കാഴ്ചപ്പാടുകളുടെയും ഭാഷാപരമായ ആവിഷ്കാരത്തിന്റെയും പുതിയ മേഖലകളിലേക്ക് നോവൽ എന്ന സാഹിത്യശാഖ പടർന്നുയരുന്നത് നമുക്ക് കാണാം. അനുഭവങ്ങളുടെ അത്യന്തവ്യതിരിക്തവും സൂക്ഷ്മസൂക്ഷ്മവുമായ മേഖലകളെ ആവിഷ്കരിക്കുന്നതിലും നോവലിനെ ഒരു സവിശേഷ കലാരൂപമെന്ന നിലയിൽ ജീവിത സാമഗ്ര്യത്തിന്റെ അവതരണരൂപമാക്കി മാറ്റുന്നതിലും ഭാഷയ്ക്ക് എത്രമാത്രം പ്രാധാന്യമുണ്ടെന്ന് വ്യക്തമാക്കുന്നതാണ് മലയാളനോവലിന്റെ വളർച്ച. ഭാഷയുടെ ആശയാവിഷ്കാരപരവും ധ്വനനപരവുമായ സാധ്യതകളുടെ സൂക്ഷ്മമേഖലകളിലേക്ക് നോവൽ നമ്മെ കൂട്ടിക്കൊണ്ടുപോകുന്നു.

*എം മുകുന്ദൻ*

മലയാളത്തിൽ നോവലുകൾ പിറന്നതിനു തൊട്ടുപിന്നാലെയാണ് ചെറുകഥയുടെ ആവിർഭാവം. സാഹിത്യത്തിന്റെ ജനാധിപത്യവൽക്കര

ണമാണ് നോവൽ നിർവഹിച്ചതെന്ന് നാം കണ്ടു. ഘടനാപരമായിത്തന്നെ നോവലിനെക്കാളും ഏറിയ ജനകീയസ്വഭാവമുൾക്കൊള്ളുന്ന ഒന്നാണ് ചെറുകഥ. വിഷയംകൊണ്ട് വിപുലമായ ഒരു ജീവിതപരിധിയെ നോവൽ ഉൾക്കൊള്ളുകയും മുഖ്യമായും സാമൂഹികസന്ദർഭത്തെ അഭിസംബോധന ചെയ്യുകയും ചെയ്യുമ്പോൾ ചെറുകഥ പൊതുവെ ഒരു ലഘുസന്ദർഭത്തിന്റെയോ ഒരു നിമിഷത്തിന്റെയോ ആവിഷ്കാരമാകുന്നു. അത് പലപ്പോഴും ഉൾക്കൊള്ളുകയും അഭിസംബോധന ചെയ്യുകയും ചെയ്യുന്നത് വ്യക്തിബോധമെന്ന പരിമിതവൃത്തത്തെയാണ്. ഫ്യൂഡൽ സമൂഹത്തിന്റെ പഴയ കെട്ടുകൾ പൊട്ടിച്ച് അതിൽനിന്ന് സ്വതന്ത്രനും അരക്ഷിതനുമായി പുറത്തുചാടിയ വ്യക്തിയുടെ വികാസത്തെയാണ് മലയാളചെറുകഥയുടെ ആവിർഭാവം പ്രതിനിധാനം ചെയ്യുന്നതെന്നു പറയാം.

വേങ്ങയിൽ കുഞ്ഞിരാമൻ നായനാരുടേതെന്നു കരുതപ്പെടുന്ന *വാസനാവികൃതി* (1891) ആണ് മലയാളത്തിലെ ആദ്യ ചെറുകഥ എന്നു ഗണിക്കപ്പെടുന്നു. മോഷണവും കാപട്യവും യഥേഷ്ടം വിഹരിച്ചിരുന്നൊരു രാജ്യത്ത് പോലീസും നിയമവ്യവസ്ഥയും കടന്നുവരുന്നതിന്റെ ചിത്രം *വാസനാവികൃതി*യിൽ കാണാം. പാശ്ചാത്യ നീതിനിയമവ്യവസ്ഥയാൽ ക്രമപ്പെടുത്തുന്ന കേരളസമൂഹത്തിന്റെ ഒരു പരഭാഗചിത്രം അതിലുണ്ട്. നായനാരുടെ മറ്റൊരു കഥയായ *പൊട്ടഭാഗ്യ*ത്തിലെ “അന്നൊക്കെ കാരണവന്മാർക്ക് മരുമക്കളെയും മരുമക്കൾക്ക് കാരണവന്മാരെയും വലിയ കാര്യമാണ്. ഇന്ന് ഗൃഹച്ഛിദ്രമില്ലാത്ത വലിയ തറവാട് സെൻട്രൽ ജയിൽ ഒഴികെ മഷിവച്ചുനോക്കിയാൽ കൂടി കാണാൻ പ്രയാസമാണ്” എന്ന ആരംഭഖണ്ഡികയിലെ വാക്യം ശിഥിലമായിത്തുടങ്ങിയ സാമൂഹികബന്ധങ്ങളെ സൂചിപ്പിക്കുന്നു. തറവാടിനെ സംബന്ധിച്ച ചിന്തയിലേക്ക് പെട്ടെന്നു കടന്നുവരുന്ന സെൻട്രൽ ജയിലിന്റെ പരാമർശം സമൂഹബോധത്തിൽ വ്യാപകമായെത്തിക്കൊണ്ടിരുന്ന നിയമപാലന സംരംഭങ്ങളെയെന്നപോലെ കുടുംബസങ്കല്പത്തിൽ വന്നുചേർന്ന ശൈഥില്യത്തിന്റെ ഭീഷണാവസ്ഥയെയും കുറിക്കുന്നുണ്ട്. കഥാഖ്യാനത്തിൽ സമർത്ഥമായി ഫാന്റസി ഉപയോഗിക്കുന്നതിന് നായനാരുടെ *ദ്വാരക* ഉദാഹരണമാണ്.

*കല്യാണിക്കുട്ടി, സത്യം തെളിഞ്ഞു* (ഒടുവിൽ കുഞ്ഞികൃഷ്ണമേനോൻ), *കയ്മളശ്ശന്റെ കല്യാണം* (അമ്പാടി നാരായണപ്പൊതുവാൾ), *കലികാലവൈഭവം, എന്റെ തീവണ്ടിയാത്ര, ഒരൊറ്റ നോക്ക്* (മൂർക്കോത്ത് കുമാരൻ), *മേൽവിലാസം മാറി, ഒരു മുതല നായാട്ട്* (സി എസ് ഗോപാലപ്പണിക്കർ), *കണ്ണിപ്പറമ്പിലെ കൊലപാതകൻ, കുടിപ്പക* (എം ആർ കെ സി), *ഒരു സമർപ്പണം, മുട്ടത്തു നമ്പൂതിരിയുടെ വ്യാജച്ചമുക്ക്* (ചിത്രമെഴുത്ത് കെ എം വറുഗീസ്) തുടങ്ങിയവ പിൽക്കാലത്ത് ശ്രദ്ധനേടി.

ഇരുപതാം നൂറ്റാണ്ടിന്റെ ആരംഭത്തോടുകൂടി സ്ത്രീവിദ്യാഭ്യാസം വർദ്ധിക്കുകയും സ്ത്രീകൾ കൂടുതലായി സാമൂഹികരംഗങ്ങളിലേക്ക്

കടന്നു വരികയുമുണ്ടായി. മറ്റു രംഗങ്ങളിലെന്നപോലെ കഥാസാഹിത്യത്തിലും ഏറിയ സ്ത്രീസാന്നിധ്യത്തിന് ഇത് കാരണമായി. അങ്ങനെ ആദ്യകാല കഥാകൃത്തുക്കളുടെ കൂട്ടത്തിൽ സ്ത്രീകളുടെ ഒരു നിരതന്നെ കാണാം. അവരിൽ അമ്പാടി കാർത്ത്യായനിയമ്മയുടെ പേരാണ് ഏറ്റവും പ്രമുഖമായിട്ടുള്ളത്. മനുഷ്യന്റെ അഭിലാഷങ്ങളുടെയും ധർമ്മബോധത്തിന്റെയും ദ്വന്ദ്വാത്മകതയും അതുയർത്തുന്ന സംഘർഷവും ആവിഷ്കരിക്കുന്ന കഥ (മനസ്സാക്ഷിയും മോഹവും) അന്നത്തെ സാഹിത്യസങ്കല്പത്തിൽത്തന്നെ പുതിയൊരു പരിണാമം കുറിക്കുന്നതായിരുന്നു.

ഇ വി കൃഷ്ണപിള്ളയുടെ കാലമെത്തിയപ്പോൾ ചെറുകഥ പ്രമേയപരമായും ശില്പപരമായും കൂടുതൽ ദൃഢത കൈവരിച്ചു. *കഥാകൗമുദി* എന്നൊരു മാസിക ചെറുകഥയ്ക്കുവേണ്ടി മാത്രം ആരംഭിക്കുകയും ചെയ്തു. ചെറുകഥയെന്ന സാഹിത്യരൂപത്തിന് ഒരു ജനകീയവൽക്കരണം ആവശ്യമാണെന്ന ബോധമാണ്, അതിനുവേണ്ടി ഒരു മാസികയാരംഭിക്കുക എന്നതിന് പ്രേരകമായി നില്ക്കുന്നത്. ആധുനികജീവിതത്തിന്റെ പുതിയ വ്യവഹാരമേഖലകളിലേക്ക് സമൂഹം കടന്നിരിക്കുന്നുവെന്ന് വ്യക്തമാക്കുന്ന വിധത്തിൽ കഥയുടെ പ്രമേയത്തിലും ഇ വിയുടെ കാലത്ത് ചില പരിണാമങ്ങളുണ്ടായതായി കാണാം. അദ്ദേഹം സ്വീകരിച്ച പ്രമേയങ്ങൾ ജീവിതയാഥാർത്ഥ്യങ്ങളുമായി കൂടുതൽ അടുത്ത ബന്ധം പുലർത്തുന്നവയായിരുന്നു. കഥയുടെ അന്തരീക്ഷവും പാത്രസൃഷ്ടിയുമെല്ലാം ആവുന്നത്ര വസ്തുനിഷ്ഠമായിരിക്കാൻ ശ്രദ്ധിച്ച ഇ വി, ചെറുകഥാ സാഹിത്യത്തെ സാങ്കല്പികതയിലും ഭ്രമാത്മകതയിലും നിന്ന് സമൂഹമധ്യത്തിലേക്ക് ഇറക്കിനിർത്തുകയാണ് ചെയ്തത്. *ആത്മഹത്യയോ?, സൂപ്രണ്ടിന്റെ ഉപദേശം* തുടങ്ങിയ കഥകൾ ഇക്കാര്യം വ്യക്തമാക്കുന്നു. കഥാഘടനയിലെന്നപോലെ ഭാഷാപ്രയോഗത്തിലും കൃത്രിമത്വം കഴിയുന്നത്ര വെടിയാനും കഥയെ രൂപശില്പപരമായും പ്രമേയപരമായും സമകാലികമാക്കിനിർത്താനുമുള്ള ശ്രമം ഇ വിയുടെ കഥകളിൽ കാണാം.

പിന്നീട് കെ എൻ എഴുത്തച്ഛൻ, സി അച്യുതക്കുറുപ്പ്, മുത്തിരിങ്ങോട്ട് ഭവത്രാതൻ നമ്പൂതിരിപ്പാട്, വി ടി ഭട്ടതിരിപ്പാട്, എം ആർ ഭട്ടതിരിപ്പാട്, എസ് കെ ആർ കമ്മത്ത് എന്നിങ്ങനെ ഒട്ടനേകം കഥാകൃത്തുക്കൾ ആയിരത്തി തൊള്ളായിരത്തി മുപ്പതുകളിൽ ചെറുകഥയെ മലയാളത്തിലെ ശക്തമായൊരു സാഹിത്യവിഭാഗമാക്കി മാറ്റി. പുതിയൊരു ജീവിതക്രമത്തിലേക്കും ജീവിതാവബോധത്തിലേക്കും ഉണരുന്ന കേരളത്തെ അവർ കഥകളിലൂടെ കാട്ടിത്തന്നു. ദുർബലമായിക്കൊണ്ടിരിക്കുന്ന പഴയ ജീവിതക്രമങ്ങളുടെയും ആചാരങ്ങളുടെയും അർത്ഥശൂന്യതയിലേക്കു നയിച്ച ആ കഥകൾ വരാനിരിക്കുന്ന കാലത്തിന്റെ ശംഖനാദം മുഴക്കി.

ഈ കഥാകൃത്തുക്കൾ സഞ്ചരിച്ച ഒറ്റയടിപ്പാതകളെ കഥയുടെ രാജവീഥിയാക്കി മാറ്റുകയാണ് കേശവദേവ്, തകഴി ശിവശങ്കരപ്പിള്ള, എസ് കെ പൊറ്റക്കാട്, കാരൂർ നീലകണ്ഠപ്പിള്ള, ലളിതാംബിക അന്തർജ്ജനം,

വൈക്കം മുഹമ്മദ് ബഷീർ, പൊൻകുന്നം വർക്കി, ഉറൂബ്, കെ സരസ്വതി അമ്മ തുടങ്ങിയവർ ചെയ്തത്. പാടത്തും പറമ്പിലും തൊഴിൽശാലകളിലും അധ്വാനംകൊണ്ട് സ്വജന്മം ഹോമിച്ചിരുന്ന സാധാരണക്കാർ അവർക്കൊരു ജീവിതമുണ്ട് എന്ന് തിരിച്ചറിയുന്ന കാലമായിരുന്നു അത്. ആ തിരിച്ചറിവിനെ കഥകളാക്കിമാറ്റി എന്നതാണ് ഇവരെ മലയാളത്തിന്റെ മികച്ച കഥാകൃത്തുക്കളാക്കിത്തീർത്തത്.

പിന്നീട് എൻ പി ചെല്ലപ്പൻ നായർ, ഇ എം കോവൂർ, ചെറുകാട്, മുട്ടത്തുവർക്കി, നാഗവള്ളി ആർ എസ് കുറുപ്പ്, വെട്ടൂർ രാമൻ നായർ, ടി കെ സി വടുതല, ഡി എം പൊറ്റക്കാട്, പോഞ്ഞിക്കര റാഫി, തിക്കോടിയൻ, കെ ജി സേതുനാഥ് തുടങ്ങിയ കഥാകാരന്മാർ കഥാസാഹിത്യത്തെ കൂടുതൽ ബഹുതലസ്പർശിയും സമൂഹോന്മുഖവുമാക്കി വളർത്തി. വ്യക്തിയുടെ ആന്തരസ്വത്വത്തിലേക്ക് എന്നതിനേക്കാൾ അയാളുടെ സാമൂഹികമായ അസ്തിത്വത്തിനാണ് ഇവരുടെ കഥാലോകം കൂടുതൽ ശ്രദ്ധ നൽകിയത്. കഥയിലെ ആഖ്യാനഭാഷയും സംഭാഷണഭാഷയും കൂടുതൽ ജനകീയമാക്കുന്നതിന് ഇത് ഏറെ സഹായകമായി. അതോടൊപ്പം തന്നെ, ഭാഷ നിർവഹിക്കേണ്ട ഒന്നാമത്തെ ദൗത്യം സമൂഹപുനർനിർമ്മിതിയാണെന്ന വസ്തുതയിൽ ഊന്നുന്നവയായിരുന്നു ഈ കഥാകൃത്തുക്കളുടെ രചനകൾ. ടി പദ്മനാഭൻ, എം ടി വാസുദേവൻ നായർ, ജി വിവേകാനന്ദൻ, മലയാറ്റൂർ രാമകൃഷ്ണൻ, വൈക്കം ചന്ദ്രശേഖരൻ നായർ, എൻ മോഹനൻ തുടങ്ങിയ കഥാകൃത്തുക്കൾ സാമൂഹികമായ അസ്തിത്വത്തിൽ ശ്രദ്ധവച്ചുകൊണ്ടുതന്നെ അയാളുടെ വൈയക്തികതയ്ക്ക് പ്രാധാന്യം നൽകാൻ ശ്രമിച്ചപ്പോൾ ഭാഷ കൂടുതൽ സൂക്ഷ്മമാവുകയും ഹൃദയനിമന്ത്രണാത്മകത കൈവരിക്കുകയും ചെയ്തു.

*പൊൻകുന്നം വർക്കി*

തുടർന്നുവന്ന ആധുനികതാപ്രസ്ഥാനകാലത്തെ കഥകൾ കഥയുടെ ഭാഷാപരമായ സാധ്യതകൾ സംബന്ധിച്ച സാഹസികമായ അന്വേഷണങ്ങളും പരീക്ഷണങ്ങളുമായിരുന്നു. സമൂഹമല്ല, വ്യക്തിയാണ് പ്രധാനമെന്നും ഒരാളുടെ വൈയക്തികമായ അസ്തിത്വമുറപ്പിക്കുകയും അതിനെ സംരക്ഷിക്കുകയും ചെയ്യുകയാണ് സമൂഹത്തിന്റെ ധർമ്മമെന്നും ജീവിതത്തിന്റെ കാഴ്ചപ്പാട് കീഴ്മേൽ മറിഞ്ഞതിന്റെ പ്രതിഫലനങ്ങൾ കൂടിയായിരുന്നു ഈ കഥകൾ. മരണാഭിമുഖ്യവും സമൂഹ

വിരുദ്ധ സമീപനങ്ങളും ഈ കഥകളിലെ ഇഷ്ട പ്രമേയങ്ങളായിരുന്നു. ഭാഷയെ കൂടുതൽ ഭ്രമാത്മകമാക്കുക, അപ്രതീക്ഷിതവും ഞെട്ടലേല്പിക്കുന്ന മട്ടിലുള്ളതുമായ വായനാനുഭവം നൽകുക എന്നിവ ഈ കഥാവിഭാഗത്തിലെ രചനകൾ ലക്ഷ്യംവച്ചു. കാക്കനാടൻ, ഒ വി വിജയൻ, എം പി നാരായണപിള്ള, എം മുകുന്ദൻ, ആനന്ദ്, സേതു, പുനത്തിൽ കുഞ്ഞബ്ദുള്ള, സക്കറിയ, പി പദ്മരാജൻ തുടങ്ങിയവർ കഥയെ ആധുനികതയുടെ അനുഭവമാക്കി മാറ്റാൻ ശ്രമിച്ചു. ബാഹ്യയാഥാർത്ഥ്യങ്ങളുടെയെന്നതിനെക്കാൾ ആന്തരിക സൂക്ഷ്മതകളുടെ ആവിഷ്കാരമെന്നതായിരുന്നു അവരുടെ കഥാസങ്കല്പത്തിന്റെ കാതൽ. കഥാവിഷ്കാരത്തിന്റെ മുഖ്യകേന്ദ്രമാക്കി ഭാഷയെ മാറ്റാൻ അവർ ശ്രമിച്ചു. ലഘുവും സരളവും അനലംകൃതവുമായ വാക്യങ്ങൾ മുതൽ ദീർഘവും സങ്കീർണ്ണവും കല്പനാനിബിഡവുമായ ഭാഷാബന്ധങ്ങൾ വരെ ഉപയോഗിച്ച് അനുഭവത്തെ ഭാഷാരൂപമാക്കി മാറ്റാനായിരുന്നു ഈ കഥാകാരന്മാരുടെ ശ്രമം.

ഈ കഥാകാരന്മാരുമായി ഏറെ സഹവർത്തിച്ചും എന്നാൽ തികച്ചും വ്യത്യസ്തത പുലർത്തിയുമാണ് വി കെ എൻ തന്റെ കഥാലോകം നിർമ്മിച്ചത്. സാമൂഹികവും രാഷ്ട്രീയവുമായ പ്രശ്നങ്ങളാണ് മുഖ്യമായും വി കെ എൻ കഥകളുടെ പ്രമേയമേഖല. പദങ്ങളെയും പ്രയോഗങ്ങളെയും പ്രസിദ്ധ സന്ദർഭങ്ങളുടെയോ പ്രയോഗങ്ങളുടെയോ പാരഡിയാക്കിയും മർമ്മഭേദിയെങ്കിലും ലോലമെന്നു തോന്നുന്ന മട്ടിലുള്ള ഹാസ്യമുപയോഗിച്ചും അദ്ദേഹം രചിച്ച കഥകൾ പുരോഗമന സാഹിത്യപ്രസ്ഥാനത്തിന്റെ പ്രമേയ സമീപനത്തെയും ആധുനികതാ പ്രസ്ഥാനത്തിന്റെ ഭാഷാകേന്ദ്രിതമായ ആവിഷ്കാര തന്ത്രങ്ങളെയും ഒന്നുപോലെ ഉപയോഗപ്പെടുത്തുന്നതായിരുന്നു.

സി വി ശ്രീരാമന്റെ കഥകൾ ശ്രദ്ധ പിടിച്ചുപറ്റിയത് ആധുനികതാ പ്രസ്ഥാനം ശക്തിയാർജ്ജിച്ചുവന്ന കാലത്താണ്. എന്നാൽ അതിൽ നിന്നെല്ലാം വ്യത്യസ്തമാണ് തന്റെ കഥയുടെ വഴിയെന്ന് ഓരോ രചനയിലൂടെയും അദ്ദേഹം വ്യക്തമാക്കി.

*സി വി ശ്രീരാമൻ*

അനുഭവങ്ങളുടെ സൂക്ഷ്മതലത്തിൽ തന്നെയായിരുന്നു ശ്രീരാമന്റെ ഊന്നൽ. എന്നാൽ ആ സൂക്ഷ്മതലം അതിബൃഹത്തും അതിസൂക്ഷ്മവുമായൊരു സമൂഹഘടനയുടെ രൂപഭേദം മാത്രമാണെന്നു തിരിച്ചറിയാനും ആവിഷ്കരിക്കാനും കഴിഞ്ഞുവെന്നത് അദ്ദേഹത്തിന്റെ കഥകളെ ആന്തരമായും ബാഹ്യമായും വളർച്ചയുറ്റതാക്കി. അതിസാധാരണവും അനലംകൃതവുമായൊരാഖ്യാനഭാഷയിലൂടെ സങ്കീർണ്ണാനുഭവങ്ങളെ കഥയാക്കി മാറ്റിയ ശ്രീരാമൻ കഥാലോകത്ത് തന്റെ സ്ഥാനം

*മാധവിക്കുട്ടി*

അനന്യമാണെന്നു കാട്ടിത്തന്നു.

യു പി ജയരാജ്, പി കെ നാണു, മുണ്ടൂർ കൃഷ്ണൻകുട്ടി, മുണ്ടൂർ സേതുമാധവൻ, വി പി ശിവകുമാർ, എൻ എസ് മാധവൻ തുടങ്ങിയ കഥാകൃത്തുക്കളും കരുത്തുറ്റ രചനകൾകൊണ്ട് കഥാസാഹിത്യത്തെ സമ്പന്നമാക്കിയവരാണ്. മാധവിക്കുട്ടി, സാറാജോസഫ്, ഗ്രേസി, ചന്ദ്രമതി തുടങ്ങിയവർ സ്ത്രീയനുഭവങ്ങളുടെ സവിശേഷമായ ആവിഷ്കാര മേഖലയാക്കി കഥാസാഹിത്യത്തെ മാറ്റി. കഥ വ്യക്തിപരതയിലേക്കും അനുഭവസൂക്ഷ്മതകളിലേക്കും കിനിഞ്ഞിറങ്ങുമ്പോൾ ത്തന്നെ അതിനെ നിയന്ത്രിക്കുന്ന സാമൂഹികമായ അടിവേരുകളുടെ ദാർഢ്യവും ആഴവും വെളിവാക്കുന്ന മാധവിക്കുട്ടിയുടെ കഥകൾ ഇവയിൽ പ്രത്യക പരാമർശമർഹിക്കുന്നു. കരുത്തുറ്റ വലിയൊരു നിര കഥാകൃത്തുക്കൾ അനുഭവങ്ങളുടെ കഥാപരമായ മേച്ചിൽപ്പുറങ്ങൾ കാഴ്ചവച്ചുകൊണ്ട് ഇവർക്കു പിന്നാലെയുണ്ട്.

സർവ്വജ്ഞനായ ഒരാഖ്യാതാവ് അജ്ഞരായ ശ്രോതാക്കൾക്ക് പറഞ്ഞുകൊടുക്കുന്ന കഥകൾ എന്ന മട്ടിലാണ് ചെറുകഥയുടെ ആരംഭം. എന്നാൽ ഒരു നൂറ്റാണ്ടിന്റെ പരിണാമത്തിലൂടെ അത് എത്തിച്ചേർന്നത് തന്നെയും സമൂഹത്തെയും മനസ്സിലാക്കാനും അപഗ്രഥിക്കാനും കഥാകാരൻ/കഥാകാരി നടത്തുന്ന ശ്രമം എന്ന നിലയിലേക്കാണ്. അതിനനുസരിച്ച് കഥാരചനയുടെ ഭാഷയിലും മാറ്റം വന്നതായി കാണാം. ആഖ്യാനപരതയിൽ നിന്ന് ആത്മഭാഷണപരതയിലേക്കും വരമൊഴി വഴക്കത്തിൽ നിന്ന് വായ്മൊഴി വഴക്കത്തിലേക്കും കഥ ഇക്കാലത്തിനിടയ്ക്കു നടത്തിയ സഞ്ചാരം ശ്രദ്ധേയമാണ്.

# 8

# കവിത: പുതിയ മേഖലകൾ

**ക**വിതയുടെ പുതിയ യുഗം പിറക്കുന്നത് ഇരുപതാം നൂറ്റാണ്ടിന്റെ ആരംഭത്തോടെയാണ്. ജനജീവിതത്തിലെ പുതിയൊരു യുഗത്തിന്റെ പ്രഖ്യാപനകാലം കൂടിയായിരുന്നു ഇരുപതാംനൂറ്റാണ്ട്. മലയാളകവിതയുടെ പ്രാരംഭഘട്ടങ്ങൾ തമിഴ്-സംസ്കൃത പാരമ്പര്യങ്ങളുടെ തുടർച്ചയെന്ന രീതിയിലാണ് വികസിച്ചുവന്നതെങ്കിൽ ആ പാരമ്പര്യങ്ങളെ സ്വാംശീകരിച്ചുകഴിഞ്ഞ മലയാളകവിത പാശ്ചാത്യ അധിനിവേശ സ്വാധീനതകൾ ഉൾക്കൊള്ളുന്നതും സ്വാംശീകരിക്കാൻ ശ്രമിക്കുന്നതുമാണ് ഇരുപതാംനൂറ്റാണ്ട് കാട്ടിത്തന്നത്. പുതിയ ജീവിതാവബോധം, പുതിയ നീതിനിയമങ്ങൾ, പുതിയ ജീവിതബന്ധങ്ങൾ ഇവയുടെ സന്ദേശവാഹകരായാണ് യൂറോപ്യന്മാർ ഇവിടെയെത്തിയതും കേരളീയ ജീവിതവുമായി സമ്പർക്കത്തിലേർപ്പെട്ടതും. നാലു വേദങ്ങളുടെയും ആറു ശാസ്ത്രങ്ങളുടെയും ഇതിഹാസ പുരാണങ്ങളുടെയും അടിസ്ഥാനത്തിൽ വളർന്നുവരികയും തദ്ദേശീയമായ പ്രാദേശികതകളെയും നാട്ടുവഴക്കങ്ങളെയും പാർശ്വവത്കരിക്കുകയും ചെയ്യുന്ന ആര്യസങ്കല്പകേന്ദ്രിതമായൊരു ജീവിതാവബോധമാണ് ഇവിടെ ആധിപത്യം നേടിയിരുന്നത്. അതിനെ വ്യവസായയുഗത്തിന്റെയും പാശ്ചാത്യ നവോത്ഥാനത്തിന്റെയും ഫലമായുണ്ടായ ആധുനികശാസ്ത്രബോധവും സെമിറ്റിക് ജീവിതസങ്കല്പങ്ങളും ചോദ്യം ചെയ്യാൻ ശ്രമിച്ചു വിജയം നേടുന്ന കഥ പതിനാറാം നൂറ്റാണ്ടു മുതലുള്ള അധിനിവേശചരിത്രം വ്യക്തമാക്കുന്നുണ്ട്. ആചാരങ്ങളുടെയും കീഴ്വഴക്കങ്ങളുടെയും സ്ഥാനത്ത് പാശ്ചാത്യ മാതൃകയിലുള്ള നീതിനിയമവ്യവസ്ഥ കടന്നുവരുന്നു. ജാതി-ജന്മി-നാടുവാഴിത്ത

വ്യവസ്ഥയിൽ അധിഷ്ഠിതമായിരുന്ന ഫ്യൂഡൽ ജീവിതക്രമം മുതലാളിത്തപരമായ ആധുനികജീവിതക്രമത്തിന് വഴിമാറിക്കൊടുക്കേണ്ടിവരുന്നു. ജാതിസമ്പ്രദായം കെട്ടിയുയർത്തിയിരുന്ന അവസ്ഥാഭേദങ്ങളുടെ കോട്ടകൾക്ക് വിള്ളലേൽക്കുകയും അതിലൂടെ ഏകലോകത്തിന്റെ നവയുഗരശ്മികൾ നാമമാത്രമായാണെങ്കിലും ഒലിച്ചിറങ്ങുകയും ചെയ്യുന്നു. ഇങ്ങനെ പുതിയൊരു ലോകദർശനപർവത്തിന്റെ ആരംഭം കൂടിയായിരുന്നു കേരളത്തെ സംബന്ധിച്ചിടത്തോളം ഇരുപതാംനൂറ്റാണ്ടിന്റെ തുടക്കം.

പുതിയ ജീവിതാനുഭവങ്ങളും അത് ഉയിർ നൽകിയ ലോകാവബോധവും കവിതയിലും പുതിയ ചില ലോകങ്ങൾ നിർമ്മിച്ചു. ഇരുപതാം നൂറ്റാണ്ടു പിറക്കുന്നതിനു തൊട്ടുമുമ്പാണ് അതിന്റെ ചില ആദ്യസ്ഫുരണങ്ങൾ കണ്ടുതുടങ്ങിയത്. കെ സി കേശവപിള്ളയുടെ *ആസന്നമരണചിന്താശതകം*, എ ആർ രാജരാജവർമ്മയുടെ *മലയവിലാസം* എന്നീ കൃതികൾ കവിതയ്ക്ക് ചില പുതിയ വഴികളുണ്ടെന്നതിന്റെ ആദ്യസൂചനകൾ നൽകി. കവിതയുടെ നടന്നുപഴകിയ വഴികൾ ഉപേക്ഷിക്കാൻ ഈ രചനകൾ തയ്യാറായെന്നു പറഞ്ഞുകൂടാ; നിയോക്ലാസ്സിസിസത്തിന്റെ രൂപമാതൃകകളും വേഷവിധാനവും തന്നെയാണ് ഇവയും പിൻതുടർന്നത്. എന്നാൽ പുതിയ കാലത്തിന്റെ ജീവൻ ഇവയിൽ ആദ്യത്തെ തുടിപ്പുകളെന്ന നിലയിലെങ്കിലും കാണാൻ കഴിഞ്ഞുവെന്നതാണ് ശ്രദ്ധേയമായിട്ടുള്ളത്. വർണ്ണനകളോ കഥാഖ്യാനങ്ങളോ എന്ന മട്ടിൽ കുറെ ശ്ലോകങ്ങൾ പതിവുശൈലിയിൽ പടച്ചുവയ്ക്കുക എന്നതിന്റെ സ്ഥാനത്ത് മരണമടുത്ത ഒരു വ്യക്തിയുടെ മാനസികവ്യാപാരങ്ങളെ കാവ്യവിഷയമാക്കാൻ ശ്രമിച്ചു എന്നതാണ് കെ സി കേശവപിള്ളയുടെ നേട്ടം. മഹാകാവ്യങ്ങളിലെ സ്ഥിരം വർണ്യവസ്തുവായിരുന്ന പർവ്വതത്തെ ആ നിലയിൽ വർണ്ണിക്കുകയല്ല, സഹ്യപർവ്വതദർശനം കവിയുടെ മനസ്സിലുയർത്തിയ ചിന്താതരംഗങ്ങളിലേക്ക് കവിതയെ സഞ്ചരിപ്പിക്കാൻ ശ്രമിക്കുകയാണ് രാജരാജവർമ്മ ചെയ്തത്. വർണ്ണനാവിഷയം മാത്രമായിക്കഴിഞ്ഞിരുന്ന ജഡവസ്തുവിൽ ചിന്തയും വികാരങ്ങളും സന്നിവേശിപ്പിക്കലായിരുന്നു അത്.

*കുമാരനാശാൻ*

മുകളിൽപ്പറഞ്ഞ സാംസ്കാരിക സാഹചര്യങ്ങളുടെ ഒത്തൊരുമിപ്പ് കവിതയായി മാറിയത് കുമാരനാശാന്റെ *വീണപൂവ്* പിറന്നതോടെയാണ്. ധീരോദാത്തനായകന്റെ അഭ്യുദയത്തെക്കുറിച്ച് സ്തുതിഗീതങ്ങളാരചിച്ചുവന്ന കാവ്യസമ്പ്രദായത്തിൽ നിന്ന് ശ്രദ്ധേയമായൊരു വ്യതിചലനം ആ കാവ്യം കാട്ടിത്തന്നു. നിസ്സാരമായ

ഒരു പൂവിന്റെ വീഴ്ചയാണ് ഇവിടെ കഥാവസ്തുവായത്. മുകളിലേക്ക്, മേലാളരിലേക്കും അവരുടെ ഉയർച്ചയിലേക്കും മാത്രം നോക്കിവന്ന കാവ്യപാരമ്പര്യത്തെ ഒന്നാകെ നേരെതിരിച്ചുവിടുകയാണ് *വീണപൂവി*ന്റെ രചനയിലൂടെ (1907) ആശാൻ ചെയ്തത്. ജീവിതം മുകളിലല്ല താഴെ യാണെന്ന്, അഭ്യുന്നതിയെക്കാളും ഗൗരവമേറിയ കാവ്യവിഷയം പതനമാണെന്ന് ആശാൻ മലയാളത്തിന് ആദ്യമായി കാണിച്ചുതന്നു. അധികതുംഗപദത്തിൽ ശോഭിച്ചിരുന്നുവെന്നത് വീഴ്ചയുടെ ആഘാതം കൂട്ടുകയേയുള്ളുവെന്നും നിലവിലുള്ള തുംഗപദങ്ങളൊന്നും ശാശ്വതമല്ലെന്നും ജീവിതത്തിന്റെയും പ്രാപഞ്ചികതയുടെയും നശ്വരതയെന്ന ദാർശനിക സമസ്യയിലൂന്നിക്കൊണ്ട് *വീണപൂവ്* വ്യക്തമാക്കി. നിലവിലിരുന്ന കാവ്യസങ്കേതങ്ങളെയും സമീപനങ്ങളെയും ജീവിതാവബോധത്തെത്തന്നെയും പിൻതള്ളിക്കൊണ്ട് *വീണപൂവ്* കാട്ടിക്കൊടുത്ത വഴിയെയാണ് മലയാള കവിത പിന്നീട് സഞ്ചരിച്ചത്.

*വീണപൂവി*ന്റെ ആവിർഭാവത്തിന് തൊട്ടടുത്ത വർഷം വി സി ബാലകൃഷ്ണപ്പണിക്കർ രചിച്ച *ഒരു വിലാപ*വും പുതിയ കണ്ണിലൂടെ ലോകത്തെയും ജീവിതത്തെയും നോക്കിക്കാണാൻ ശ്രമിച്ച കവിതയാണ്. കാവ്യബന്ധത്തിലും പദസ്വീകാരത്തിലും കല്പനകളിലും മറ്റും പൊതുവെ *ഒരു വിലാപം* സ്വീകരിച്ചത് നിയോ ക്ലാസ്സിസിസത്തിന്റെ സമീപനം തന്നെയാണ്. എന്നാൽ ആ സമീപനത്തിലൂടെ കവി പറയാൻ ശ്രമിച്ചത് പുതിയ ജീവിതബന്ധത്തിന്റെ തീക്ഷ്ണഭാവങ്ങളായിരുന്നു. നാട്ടിൽപ്പടർന്ന കോളറാബാധയിൽപ്പെട്ട് അകാലചരമം പ്രാപിച്ച പ്രിയതമയുടെ ഉടലും താങ്ങിയിരുന്ന് വിലപിക്കുന്ന 'ഒരു പുരുഷ'ന്റെ വേദനാനിർഭരമായ ചിന്തകളാണ് കാവ്യസാരം. ദുഃഖത്തിന്റെ തിരക്കോളടിയിൽപ്പെട്ട് പ്രപഞ്ചത്തിന്റെ പർവതസമുദ്രാദിയായ ബഹുവിധ സ്ഥലഭേദങ്ങളിലും കാലഭേദങ്ങളിലും മുഴങ്ങി, തന്നിൽത്തന്നെ തിരിച്ചെത്തുന്നതായനുഭവപ്പെടുന്ന നായകന്റെ മനോവ്യാപാരങ്ങൾ ആവിഷ്കരിക്കുന്ന *ഒരു വിലാപം* മലയാളത്തിലെ ഭാവാത്മകകവിതാപ്രവാഹത്തിന് *വീണപൂവി*നോടൊപ്പം നിന്ന് ശക്തമായ പ്രാരംഭം കുറിച്ചു.

തുടർന്ന് പ്രധാനമായും ഉണ്ടായത് കുമാരനാശാന്റെ കാവ്യങ്ങൾ തന്നെയാണ്. *നളിനി, ലീല, ചിന്താവിഷ്ടയായ സീത, ദുരവസ്ഥ, ചണ്ഡാലഭിക്ഷുകി, കരുണ* എന്നീ ഖണ്ഡകാവ്യങ്ങളും *മണിമാല, വനമാല, പുഷ്പവാടി* എന്നീ കവിതാ സമാഹാരങ്ങളിലെ ലഘുകവിതകളും മറ്റും ചേർന്ന് മലയാളകവിതയെ അതിന്റെ അത്യുന്നത ശൃംഗങ്ങളിലേക്കു നയിച്ചു. വ്യക്തിയുടെ, വിശേഷിച്ചും സ്ത്രീയുടെ, ഏകാന്തഗഹനമായ മനോവ്യാപാരങ്ങളെ സൂക്ഷ്മമായി പിൻതുടരാനും ആത്മസംഘർഷങ്ങളെയും ചുട്ടുപൊള്ളുന്ന സാമൂഹികാനുഭവങ്ങളെയും തികച്ചും നവ്യമായ കല്പനകളിലൂടെ ആവിഷ്കരിക്കാനും ആശാന് കഴിഞ്ഞു. ജീവിതത്തിന്റെ ആധ്യാത്മികവും ഭൗതികവുമായ തലങ്ങളെ സ്പർശിക്കുന്ന പ്രശ്നങ്ങളുടെ പാരസ്പര്യം സൂക്ഷ്മമായപഗ്രഥിക്കുന്നവയായിരുന്നു

ആശാൻ കൃതികൾ. കേരളത്തിന്റെ സാമൂഹികപരിണാമം ഏറ്റവും ത്വരിതഗതിയിൽ നടന്ന ഒരു കാലത്ത് അതിനു നെടുനായകത്വം വഹിച്ച സാമൂഹിക സംഘടനയുടെ നേതൃസ്ഥാനത്തു പ്രവർത്തിച്ചിരുന്ന കുമാരനാശാന്റെ കാവ്യങ്ങളോരോന്നും വ്യക്തിയും സമൂഹവും പാരതന്ത്ര്യത്തിൽ നിന്നും സ്വാതന്ത്ര്യത്തിലേക്കും അവിച്ഛിന്നമായ സ്നേഹത്തിലേക്കും സഞ്ചരിക്കേണ്ടതിന്റെ അനിവാര്യത ഊന്നിപ്പറയുന്നവയായിരുന്നു. അങ്ങനെ ആശാൻ മലയാളത്തിന്റെ സ്നേഹഗായകനും സ്വാതന്ത്ര്യ ഗായകനുമായി.

ഏതാണ്ട് ഇതേകാലത്താണ് വള്ളത്തോൾ നാരായണമേനോന്റെ കവിതകൾ മലയാളഭാവുകത്വത്തിന്റെ മറ്റൊരു മേഖല തുറന്നുകൊണ്ട് വികസിച്ചുവന്നത്. മുകളിൽ സൂചിപ്പിച്ചിരുന്ന രാഷ്ട്രീയ-സാംസ്കാരിക സാഹചര്യങ്ങളിൽ കുമാരനാശാൻ കീഴാളപക്ഷത്തു നിന്നുകൊണ്ട് സ്വാതന്ത്ര്യോന്മുഖവും സ്നേഹോന്മുഖവുമായ തന്റെ ചോദനകൾക്ക് ആവിഷ്കാരം നൽകിയപ്പോൾ വള്ളത്തോൾ സ്വാഭാവികമായും നിലകൊണ്ടത് വിഭിന്നമായൊരു വീക്ഷണകേന്ദ്രത്തിലായിരുന്നു. ജനനംകൊണ്ട് സവർണ്ണനായ നാരായണമേനോന് സാംസ്കാരികവും സാമൂഹികവുമായ അടിച്ചമർത്തലുകളെ ആശാനോളം തന്നെ നേരിടേണ്ടി വന്നില്ല. എന്നാൽ ബ്രിട്ടീഷ് മലബാറുകാരനായ വള്ളത്തോളിന് വിദേശാധിപത്യത്തിന്റെ ദുരനുഭവങ്ങൾ ഏറെ അസ്വാസ്ഥ്യം നൽകിയിരുന്നു. സമൂഹത്തിന്റെ സ്വാതന്ത്ര്യത്തെ ആശാൻ സർവ്വപ്രധാനമായി കാണുകയും വിദേശാധിപത്യത്തിൽ നിന്നുള്ള ദേശീയ സ്വാതന്ത്ര്യത്തെ താരതമ്യേന അവഗണിക്കുകയും ചെയ്തപ്പോൾ, ദേശീയ സ്വാതന്ത്ര്യത്തിനാണ് വള്ളത്തോൾ പ്രാമുഖ്യം നൽകിയത്. ദേശാഭിമാന പ്രചോദിതവും ദേശാഭിമാനപ്രചോദനപരവുമായ അദ്ദേഹത്തിന്റെ കവിതകൾ ഇങ്ങനെയൊരു രാഷ്ട്രീയസാംസ്കാരിക സാഹചര്യത്തെക്കൂടി പ്രതിനിധാനം ചെയ്യുന്നു. ഇന്ത്യയുടെ ആര്യവംശമഹിമാധിഷ്ഠിതമായ വൈദിക പൗരാണികപാരമ്പര്യം വള്ളത്തോൾക്കവിതയുടെ ദേശീയബോധ പ്രാധാന്യത്തിന് ഊർജ്ജസ്രോതസ്സായി നിന്നു. അതിബൃഹത്തും വിപുലവിശാലവുമായ ദർശനപാരമ്പര്യത്തിന്റെയും വിവിധദർശനങ്ങളുടെ കൊള്ളക്കൊടുക്കലുകളിലൂടെയും പരസ്പരസംഘർഷങ്ങളിലൂടെയും വികസിച്ചുവന്ന സംസ്കാരഭേദങ്ങളുടെയും ആകരമാണ് ഭാരതീയപൗരാണികത. എന്നാൽ അതിനെ ആ സംസ്കാരവിഭേദങ്ങളിലൊന്നുമാത്രമായ ആർഷ-വൈദിക സമീപനങ്ങളിലേക്ക് ഒതുക്കിക്കാണുന്ന അധിനിവേശാനന്തര കാഴ്ചപ്പാടിലാണ് വള്ളത്തോളിന്റെ കവിതകൾ

*വള്ളത്തോൾ*

വിരിഞ്ഞത്. ഈ കാഴ്ചപ്പാടും സങ്കല്പങ്ങളും അതിനകം സമൂഹത്തിൽ ഏറെ വേരോട്ടം നേടിക്കഴിഞ്ഞവയായിരുന്നതിനാൽ കാവ്യരംഗത്തെ ഈ ഇടപെടലിനും നല്ല സ്വീകാര്യം കിട്ടി.

*ബധിരവിലാപം* എന്ന ആത്മാലാപപരമായ കൃതിയോടെയാണ് സാഹിത്യത്തിൽ വള്ളത്തോൾ ശ്രദ്ധേയനാകുന്നത്. കാവ്യരംഗത്ത് വള്ളത്തോളിനു നിർവ്വഹിക്കാനുള്ള ദൗത്യത്തിന്റെ പ്രഖ്യാപനമായിരുന്നു *അനിരുദ്ധൻ* എന്ന ഖണ്ഡകാവ്യം. ഉച്ഛൃംഖലമായ വ്യക്തിബോധത്തിന്റെ പ്രാധാന്യത്തെ അത് എടുത്തുകാണിച്ചു. എന്നാൽ കവിതയും കാവ്യവിഷയവും സമൂഹബദ്ധമാണെന്ന നിലപാട് അവിടെ ജീവധാരയായി നിലകൊള്ളുകയും ചെയ്തു. പിന്നീട് *സാഹിത്യമഞ്ജരീ* രചനകളിലൂടെ വള്ളത്തോൾക്കവിതയുടെ പൂക്കാലം ആരംഭിക്കുകയായിരുന്നു. ആധുനികതയിലേക്കും സ്വാതന്ത്ര്യബോധത്തിലേക്കും ഉണരുന്ന കേരളീയതയുടെ വിവിധ ഭാവങ്ങൾ ആ കവിതകൾ വ്യക്തമാക്കി. ജാതീയവും സാമൂഹികവുമായ അനാചാരങ്ങൾക്കെതിരെ വള്ളത്തോൾ കവിതകൾകൊണ്ട് പോരാടി. *ശിഷ്യനും മകനും, അച്ഛനും മകളും, കൊച്ചു സീത, മഗ്ദലന മറിയം, ബാപ്പുജി, റഷ്യയിൽ* തുടങ്ങിയ ഖണ്ഡകാവ്യങ്ങളും സ്വന്തം കാവ്യജീവിതത്തിന്റെ ആരംഭഘട്ടങ്ങളിൽ രചിച്ച *ചിത്രയോഗം* മഹാകാവ്യവും വള്ളത്തോളിന്റെ സംഭാവനകളിൽ പ്രമുഖമാണ്.

ആശാനോടും വള്ളത്തോളിനോടുമൊപ്പം മലയാളകവിതയിലെ (കാല്പനിക) ആധുനികതയുടെ പ്രതിഷ്ഠിതാക്കളിലൊരാളായി കരുതപ്പെട്ടു വരുന്ന കവിയാണ് ഉള്ളൂർ എസ് പരമേശ്വരയ്യർ. വള്ളത്തോളിനേക്കാളേറെ ആർഷ-വൈദിക-സംസ്കൃത പാരമ്പര്യങ്ങളുടെ ഭക്തനും വക്താവുമായിരുന്നു ഉള്ളൂർ. ജീവിതാനുഭവങ്ങളിൽ നിന്ന് താനെ തുറന്നുവരുന്ന ഭാവാത്മക കാവ്യരീതിയെക്കാൾ, അലങ്കാര ബഹുലവും പ്രാസനിബദ്ധവും പ്രാചീനകാവ്യപാരമ്പര്യത്തോടും സംസ്കാരത്തോടും പ്രകടമായ ആഭിമുഖ്യം പുലർത്തുന്നതുമായ ഒരു കാവ്യരീതിയാണ് ഉള്ളൂർ പൊതുവെ അവലംബിച്ചത്. *സുജാതോദ്വാഹം ചമ്പു, ഉമാകേരളം* (മഹാകാവ്യം), *കർണ്ണഭൂഷണം, പിംഗള, ചിത്രശാല, ഭക്തിദീപിക* തുടങ്ങിയ ഖണ്ഡകാവ്യങ്ങളും *കിരണാവലി, താരഹാരം, തരംഗിണി, മണിമഞ്ജുഷ, തപ്തഹൃദയം* തുടങ്ങിയ കവിതാസമാഹാരങ്ങളും ഉള്ളൂർ നൽകി. അടിസ്ഥാനപരമായ നിയോക്ലാസിക് അവബോധത്തിൽനിന്ന് അദ്ദേഹം വിട്ടകന്നില്ലെന്നിരുന്നാലും ആധുനിക ജീവിതസമസ്യകളോടും കാവ്യരചനാരീതിഭേദങ്ങളോടും സവിശേഷം പ്രതികരിക്കാൻ മനസ്സുവച്ചുപോന്നു. ഉള്ളൂരിന്റെ പിൽക്കാല കവിതാസമാഹാരങ്ങളിലെ പല ലഘുകവിതകളും ഇക്കാര്യം വ്യക്തമാക്കുന്നുണ്ട്. *തുമ്പപ്പൂവ്, മഴത്തുള്ളി, പ്രേമസംഗീതം* തുടങ്ങിയ രചനകൾ ഇവിടെ ഓർക്കാവുന്നതാണ്.

ആശാൻ, ഉള്ളൂർ, വള്ളത്തോൾ എന്നിവരുടെ കവിതകളിലെ ഭാഷാപരിണാമം ശ്രദ്ധേയമാണ്. സംസ്കൃത കാവ്യപാരമ്പര്യത്താൽ ദൃഢബദ്ധരായാണ് ഈ മൂന്നു കവികളും കാവ്യരംഗത്തെത്തിയത്. സംസ്കൃത

*ഉള്ളൂർ*

പ്രധാനമായ ഭാഷാരീതി, വിഷയസ്വീകാരം, കാവ്യസങ്കല്പങ്ങൾ, വൃത്തസ്വീകാരം ഇവ തുടക്കത്തിൽ ഇവരുടെ രചനാസമ്പ്രദായത്തിന്റെ മുഖമുദ്രകളായിരുന്നു. എന്നാൽ ക്രമേണ സംസ്കൃതത്തിന്റെ കെട്ട് അയയുകയും മലയാളഭാഷയുടെയും പ്രാദേശികസംസ്കാരത്തിന്റെയും ചിഹ്നങ്ങൾ പ്രബലമാവുകയും ചെയ്തു. അന്ത്യകാല രചനകളിലെത്തുമ്പോൾ തെളിമലയാളവും ഭാഷാവൃത്തങ്ങളും ഇവരുടെ കവിതയുടെ മുഖസ്വഭാവമായിത്തീർന്നു. ഗദ്യസാഹിത്യവിഭാഗത്തിൽ കണ്ട ജനാധിപത്യവൽക്കരണം പദ്യസാഹിത്യത്തെയും ഏതാണ്ട് സമഗ്രമായി സ്വാധീനിക്കുന്നത് നാമിവിടെക്കാണുന്നു.

കുറ്റിപ്പുറത്തു കേശവൻ നായർ (*കാവ്യോപഹാരം, നവ്യോപഹാരം*), നാലപ്പാട്ട് നാരായണ മേനോൻ (*ചക്രവാളം, പുളകാങ്കുരം, കണ്ണുനീർത്തുള്ളി,* വിക്ടർ യൂഗോവിന്റെ നോവലിന്റെ വിവർത്തനം - *പാവങ്ങൾ*), വെണ്ണിക്കുളം ഗോപാലക്കുറുപ്പ് (*പുഷ്പവൃഷ്ടി, സൗന്ദര്യപൂജ, മാണിക്യവീണ, കദളീവനം*) തുടങ്ങിയ കവികൾ കാവ്യരംഗത്ത് കവിത്രയം വരുത്തിയ പരിണാമത്തെ കുറെദൂരം മുന്നോട്ട് കൊണ്ടുപോയി. കവിതയും കാവ്യഭാഷയും സമകാലികതയിലേക്കും കേരളത്തിന്റെ ഗ്രാമീണാന്തരീക്ഷത്തിലേക്കും ഏറെദൂരം സഞ്ചരിച്ചു.

ജി ശങ്കരക്കുറുപ്പ്, പി കുഞ്ഞിരാമൻ നായർ, ഇടശ്ശേരി ഗോവിന്ദൻ നായർ, ഇടപ്പള്ളി രാഘവൻപിള്ള, ചങ്ങമ്പുഴ കൃഷ്ണപിള്ള, വൈലോപ്പിള്ളി ശ്രീധരമേനോൻ, എൻ വി കൃഷ്ണവാര്യർ എന്നീ കവികൾ മലയാള കവിതയുടെ പുതിയ യുഗം തീർക്കുന്ന കാഴ്ചയാണ് പിന്നീട് നാം കാണുന്നത്. ഇരുപതാം നൂറ്റാണ്ടിനോടൊപ്പം വളർന്നുവന്ന ആധുനികതയുടെ ഒരു രണ്ടാംമുഖമാണ് ഈ കവികളിലൂടെ വ്യത്യസ്ത ഭാവങ്ങളിൽ തെളിഞ്ഞു കാണുന്നത്. ആധുനിക വിദ്യാഭ്യാസവും യന്ത്രങ്ങളുപയോഗിച്ചുള്ള ഉല്പാദനരീതിയും വിപണിയിലേക്ക് കണ്ണുനട്ടു തുടങ്ങിയ ഉല്പാദനബന്ധങ്ങളും ക്രമേണ

*പി കുഞ്ഞിരാമൻനായർ*

വളർന്നു പടർന്നേറിയ ദേശീയബോധവും സ്വാതന്ത്ര്യപ്രസ്ഥാനവും ഉയർന്നുവന്ന കർഷക-തൊഴിലാളി പ്രസ്ഥാനങ്ങളും ഈ ഘട്ടത്തിലെ ജനജീവിതത്തെ മുന്നേതിൽ നിന്ന് ഏറെ വ്യതിരിക്തമാക്കിയിരുന്നു. ഇത് ഒരു വശത്ത് കാല്പനികതയുടെ പുതിയൊരാകാശം തീർത്തപ്പോൾ മറു വശത്ത് കാല്പനികതയൊരുക്കുന്ന യാഥാർത്ഥ്യവിരുദ്ധവും ചപലവും വിഭ്രാമകവുമായ പ്രവണതകളെ നിരാകരിക്കാനും യഥാതഥപ്രസ്ഥാനത്തിന്റെ പുതിയൊരു സൗന്ദര്യോന്മുഖ പാത വിരചിക്കാനും ശ്രമിച്ചു. ശങ്കരക്കുറുപ്പ്, കുഞ്ഞിരാമൻ നായർ, ഇടപ്പള്ളി, ചങ്ങമ്പുഴ എന്നിവർ കാർഷികജീവിതത്തിന്റെ സംസ്കാരത്തെ അടിസ്ഥാനമാക്കുകയും അതിന്റെ ബിംബങ്ങളുപയോഗപ്പെടുത്തുകയും ചെയ്യുമ്പോൾത്തന്നെ മലയാളകവിതയിലെ കാല്പനികതയ്ക്ക് പുതിയ ആകാശങ്ങൾ നിർമ്മിച്ചു. ലോകം വ്യക്തിയിലേക്കു ചുരുങ്ങുകയും വ്യക്തി ലോകത്തോളം വികസിക്കുകയും ചെയ്യുന്ന ഒരു കാല്പനികവിപര്യയം മലയാളത്തിലുണ്ടായി. ലോകത്തെക്കുറിച്ചും പ്രപഞ്ചത്തെക്കുറിച്ചും ഉണ്ടായിക്കൊണ്ടിരുന്ന പുതിയ അറിവുകൾ ഈ കാല്പനികാവബോധത്തിൽ വന്നുവീണ് പ്രപഞ്ചത്തെ ഒരു മഹാത്ഭുതമോ കടങ്കഥകളുടെ ഒരു ഭണ്ഡാരമോ ആക്കി മാറ്റി. ശങ്കരക്കുറുപ്പിന്റെയും കുഞ്ഞിരാമൻ നായരുടെയും കവിതകൾ കാല്പനികതയുടെ ഈ മഹാകാശത്തെയാണ് പ്രതിനിധാനം ചെയ്തത്. സ്വന്തം വ്യക്തിത്വസവിശേഷതകൾക്കൊത്ത് തങ്ങളുടേതായ ഒരു കല്പനാലോകം ചമയ്ക്കുകയും ആധുനികതയുടെ പ്രപഞ്ചാവബോധത്തെ അതിന്റെ സൃഷ്ടിയിലേക്ക് നിയോഗിക്കുകയുമാണ് ഇവർ ചെയ്തത്. *സാഹിത്യകൗതുകം, ഓടക്കുഴൽ, ചെങ്കതിരുകൾ, പാഥേയം* തുടങ്ങിയ കൃതികളിലൂടെ ശങ്കരക്കുറുപ്പും കളിയച്ഛൻ, താമരത്തേൻ, വസന്തോത്സവം തുടങ്ങിയ കൃതികളിലൂടെ പി കുഞ്ഞിരാമൻ നായരും ഇങ്ങനെ കാല്പനികതയുടെ പുതിയ മഹാകാശങ്ങൾ തന്നു.

*ഇടശ്ശേരി*

ഇതിൽനിന്ന് കുറച്ചുകൂടി വ്യത്യസ്തമായ സമീപനമാണ് കേരളത്തിന്റെ കാർഷിക സംസ്കാരത്തിന്റെയും കാർഷിക ജീവിതബന്ധങ്ങളുടെ പരിണാമത്തിന്റെയും കഥകൾ പാടിയ ഇടശ്ശേരിയും വൈലോപ്പിള്ളിയും സ്വീകരിച്ചത്. സാമൂഹിക സാഹചര്യങ്ങളിലെ പരിണാമം അവരെയും ഏറെ വിക്ഷുബ്ധരാക്കിയിരുന്നു. നാട് വേരുകൾ പൊട്ടി ത്വരിതം ചലിക്കുമ്പോൾ സ്വന്തം ചുവട് തെറ്റിപ്പോകുന്നതിലെ ദുസ്സഹനീയത അവരെ വിഹ്വലരാക്കുകയും ചെയ്തിരുന്നു. അതിലൂടെ നഷ്ടപ്പെടുന്ന ഈടുവയ്പുകളെക്കുറിച്ച് തികച്ചും ബോധമുൾക്കൊ

ള്ളുകയും ചെയ്തു. എന്നാൽ ഈ നഷ്ടങ്ങൾക്കിടയിലും അവയെക്കാളെല്ലാം വലിയ ചില നേട്ടങ്ങൾ, പുതിയൊരു നാട്, രൂപംകൊള്ളുന്നത് തിരിച്ചറിയുകയും അതിൽ ആവേശഭരിതരാവുകയും ചെയ്തു ഈ കവികൾ. അധഃസ്ഥിതരായും അവഗണിക്കപ്പെട്ടവരായും കിടന്നിരുന്ന സമൂഹത്തിലെ ഭൂരിപക്ഷം വരുന്ന സാധാരണക്കാരായ ജനവിഭാഗം കർത്തൃത്വത്തിലേക്കും പുതിയ സമൂഹനിർമ്മിതിയിലേക്കും ഉയർന്നുവന്ന സാമൂഹ്യപരിണാമമാണ് അവരെ ആവേശം കൊള്ളിച്ചത്. കർത്തൃത്വത്തിലേക്ക് ഉയർന്നുവന്ന ഈ സമൂഹം അധികാരം കൊയ്യുന്നതിലൂടെ മാത്രമേ സാമൂഹികനീതി ഉറപ്പാക്കാനും മനുഷ്യനിലെ നിർഗളമായ സർഗ്ഗശേഷിയെ അണമുറിച്ചു വിടാനും അതിലൂടെ പുതിയൊരു ലോകം സൃഷ്ടിക്കാനും കഴിയൂ എന്ന് ഈ കവികൾ വ്യക്തമാക്കി. ദേശീയ പ്രസ്ഥാനത്തെയും ദേശീയ സ്വാതന്ത്ര്യത്തെയും ആവേശപൂർവം സ്വീകരിച്ച ഇവർ, പക്ഷേ, ബ്രിട്ടീഷ് കൊളോണിയലിസത്തിൽ നിന്നുള്ള സ്വാതന്ത്ര്യം ജനങ്ങളുടെ സ്വാതന്ത്ര്യമല്ല എന്നു തിരിച്ചറിഞ്ഞു. ഇടശ്ശേരിയുടെ *പുത്തൻകലവും അരിവാളും, പണിമുടക്കം, കറുത്ത ചെട്ടിച്ചികൾ, പൂതപ്പാട്ട്, കാവിലെപ്പാട്ട്* തുടങ്ങിയ കവിതകൾ ആന്തരവും ബാഹ്യവുമായ മനുഷ്യമോചനത്തിന്റെ പുതിയ ഗാഥകളായി. മൃഗത്വത്തിൽ നിന്ന് ദേവത്വം ലക്ഷ്യമാക്കിയുള്ള സഞ്ചാരമാണ് മനുഷ്യജീവിതമെന്ന് സർഗ്ഗാത്മക പരിണാമവാദത്തിന്റെ പിൻബലത്തോടെ ഇടശ്ശേരി വിശ്വസിച്ചപ്പോൾ മനുഷ്യത്വമെന്നത് പൂർണ്ണതയിലേക്കു സഞ്ചരിക്കുന്ന ദേവത്വമാണെന്ന് വൈലോപ്പിള്ളി പ്രഖ്യാപിച്ചു. *കന്നിക്കൊയ്ത്ത്, ശ്രീരേഖ, കുടിയൊഴിക്കൽ, ഓണപ്പാട്ടുകൾ, കടൽക്കാക്കകൾ, മകരക്കൊയ്ത്ത്* തുടങ്ങിയ കൃതികൾ മനുഷ്യന് എത്തിച്ചേരാൻ കഴിയുന്ന സമത്വത്തിന്റെയും സ്വാതന്ത്ര്യത്തിന്റെയും പുതിയ ഓണത്തെ നമുക്ക് കാട്ടിത്തന്നു.

*വൈലോപ്പിള്ളി*

ഇടപ്പള്ളിക്കവികളായ രാഘവൻ പിള്ളയുടെയും ചങ്ങമ്പുഴ കൃഷ്ണപിള്ളയുടെയും കവിതകൾ ഇതിൽനിന്ന് തികച്ചും വ്യത്യസ്തമായ അനുഭവങ്ങളുടെ ആവിഷ്കാരമായിരുന്നു. സുസ്ഥിതബന്ധങ്ങൾ നൽകിയ ഫ്യൂഡൽ സ്വാസ്ഥ്യത്തിൽനിന്ന് മുതലാളിത്തയുഗത്തിന്റെ സംഘർഷങ്ങളിലേക്ക് ഞെട്ടിയുണർന്ന കർഷകജീവിതം തന്നെയായിരുന്നു ഇവരുടെ കവിതകളുടെയും രംഗഭൂമി. എന്നാൽ ആ സംഘർഷങ്ങളെയോ അവയിൽ നിന്നുളവാകുന്ന പ്രത്യാശകളെയോ നൈരാശ്യങ്ങളെയോ സാമൂഹിക ചലനങ്ങളുമായോ ജീവിതതത്ത്വചിന്തയുമായോ സുഘടിതമായി ബന്ധിപ്പിക്കുകയെന്ന പ്രവണത ഈ കവികൾക്കുണ്ടാ

യിരുന്നില്ല. യഥാർത്ഥലോകവും സാങ്കല്പികലോകവും തമ്മിലുള്ള വൈരുദ്ധ്യങ്ങളിൽ നിന്നുണ്ടാകുന്ന അതിനിസ്സാരമായ അനുഭവങ്ങളിൽപ്പോലും സ്വയം മുറിപ്പെടുകയും ആ മുറിവുകളെ ആഴത്തിലനുഭവിച്ച് തീവ്രമായി വിലപിക്കുകയും ചെയ്യുക ഈ കവികളുടെ സ്വഭാവമായിരുന്നു. രാഘവൻപിള്ളയുടെ കവിതകൾ പൊതുവെ വിലാപ പ്രധാനമായിരുന്നപ്പോൾ ചങ്ങമ്പുഴ വിലാപ-ഉല്ലാസ ഭാവങ്ങളെ ഒരുപോലെ ആഴത്തിലനുഭവിക്കുന്ന സമദൂര സമീപനമാണ് സ്വീകരിച്ചത്. ചിറക് തകർത്തുയർന്ന വിഷാദാത്മകത്വവും വൈയക്തികവും സാമൂഹികവുമായ ജീവിതപ്രതിസന്ധികളെ പ്രതിരോധിക്കാനുള്ള കരുത്തില്ലായ്മയും നിമിത്തം ഇടപ്പള്ളി തന്റെ ജീവിതം അകാലത്തിൽ അവസാനിപ്പിച്ചു. *നവസൗരഭം, തുഷാരഹാരം, മണിനാദം* തുടങ്ങിയ കവിതാസമാഹാരങ്ങൾ മലയാളത്തിലെ കാല്പനികകവിതയ്ക്ക് കടന്നെത്താൻ കഴിയുന്ന പുതിയ മേഖലകൾ കുറിക്കുന്നതായിരുന്നു. ഒരു വലിയ കവിയെയാണ് അയാളുടെ ഇരുപത്തിയേഴാം വയസ്സിൽ മലയാളത്തിന് നഷ്ടമായത്.

ചങ്ങമ്പുഴ മുപ്പത്തിയേഴാം വയസ്സിൽ മരണമടഞ്ഞത് താൻ മലയാളത്തിലെ എന്നത്തെയും വലിയ കവികളിലൊരാളാണെന്നു സ്ഥാപിച്ചതിനു ശേഷമാണ്. മലയാളകവിതയിലെ കാല്പനികതയുടെ പാരമ്യം ചങ്ങമ്പുഴ കൃഷ്ണപിള്ള കാട്ടിത്തന്നു. നൈരാശ്യങ്ങളായാലും ആമോദങ്ങളായാലും വൈയക്തികാനുഭവങ്ങളെ തീക്ഷ്ണതയോടെ പൊലിപ്പിച്ചെടുക്കാനും അവയെ കവിതാമാധ്യമത്തിൽ കൊളുത്തി അനുവാചക ഹൃദയത്തിൽ അഗ്നി പടർത്താനുമുള്ള ചങ്ങമ്പുഴയുടെ കഴിവ് അനന്യസാധാരണമായിരുന്നു. ഭാഷ പൂത്തും വികാരം തളിർത്തും ചങ്ങമ്പുഴ പാടിയ പാട്ടുകൾ വൈയക്തികവും സാമൂഹികവുമായ വൈരുദ്ധ്യങ്ങളെയും സംഘർഷങ്ങളെയും സ്വപ്നങ്ങളെയുമെല്ലാം ഒന്നുപോലെ ഉൾക്കൊണ്ടു. *വാഴക്കുല*യെന്ന സാമൂഹികവിപ്ലവാഹ്വാനപരമായ കാവ്യം മുതൽ *പാടുന്ന പിശാച്* പോലെ വ്യക്തിബോധത്തിന്റെ തീക്ഷ്ണമായ അഭിരതികളെ സ്വേച്ഛാനുസാരം വിസരിക്കുന്ന കവിതകൾ വരെ അദ്ദേഹം എഴുതി. ജീവിതത്തിന്റെ വിവിധ മേഖലകളെയും ബോധതലങ്ങളെയും പ്രതിനിധാനം ചെയ്യുന്ന അതിവിപുലമായൊരു കാവ്യപ്രപഞ്ചം തന്നെ സൃഷ്ടിച്ചതിനു ശേഷമാണ് ചങ്ങമ്പുഴ വിടപറഞ്ഞത്. *ബാഷ്പാഞ്ജലി, മോഹിനി, രമണൻ, ഓണപ്പൂക്കൾ, അപരാധികൾ, സ്പന്ദിക്കുന്ന അസ്ഥിമാടം, സ്വരരാഗസുധ, നീറുന്ന തീച്ചൂള* തുടങ്ങിയ കൃതികൾ മലയാളത്തിന്റെ ഭാവകാവ്യഗരിമ വ്യക്തമാക്കുന്നു.

*ചങ്ങമ്പുഴ*

ചങ്ങമ്പുഴയിലൂടെ മലയാളകവിത ഉയർത്തിക്കൊണ്ടുവന്ന കാല്പനികതയുടെ സ്വപ്നഗോപുരങ്ങൾ ജീവിതയാഥാർത്ഥ്യങ്ങളെ എത്ര മാത്രം അവഗണിക്കുകയും അവഹേളിക്കുകയും ചെയ്യുന്നതാണെന്ന തിരിച്ചറിവിന്റെ കലാപം സ്വന്തം കവിതകളിലൂടെ ശക്തമായി ഉയർത്തുകയാണ് എൻ വി കൃഷ്ണവാര്യർ ചെയ്തത്. കാവ്യവിഷയം, രചനാസങ്കേതങ്ങൾ, സ്വീകരിക്കുന്ന പദങ്ങൾ, അവയുടെ വിന്യാസക്രമം എന്നിവയിലെല്ലാം കാല്പനികവിരുദ്ധമായൊരു സമീപനം എൻ വി കൈക്കൊണ്ടിരുന്നു. പ്രണയം, മാനുഷികബന്ധങ്ങൾ, ലോകവീക്ഷണം, പ്രകൃതിയോടുള്ള ഇടപെടൽ ഇവയിലെല്ലാം യാഥാർത്ഥ്യബോധത്തിലുറച്ചതും മാനവികതയിലൂന്നിയതുമായ നിലപാട് എൻ വിക്കവിതയുടെ മുഖമുദ്രയായിരുന്നു. *നീണ്ട കവിതകൾ, കുറെക്കൂടി നീണ്ട കവിതകൾ, കൊച്ചുതൊമ്മൻ, ഗാന്ധിയും ഗോഡ്സെയും* തുടങ്ങിയ കൃതികൾ മലയാളകവിതയിലെ ഒരു പുനർനവീകരണ പ്രക്രിയയാണ് നിർവഹിച്ചത്. ഇടശ്ശേരിയും വൈലോപ്പിള്ളിയും ഇത് പ്രമേയതലത്തിലും സമീപനരീതിയിലും നിർവ്വഹിച്ചപ്പോൾ എൻ വി അക്കാര്യം കവിതയുടെ സമഗ്രതലത്തിൽ സാധ്യമാക്കുകയായിരുന്നു.

*അക്കിത്തം*

ഉണർന്നുയർന്നുവരുന്ന പുതിയ കാലത്തിൽ സ്ത്രീയുടെ സ്വത്വസ്ഥാനത്തെ സംബന്ധിച്ച് അനുഭവാത്മകമായി ഏറെ ചിന്തിക്കുകയും ആ ചിന്തകൾക്ക് ഭാവനിർഭരമായ ആവിഷ്കാരം നൽകുകയും ചെയ്ത കവയിത്രിയാണ് നാലപ്പാട്ട് ബാലാമണി അമ്മ. ആകാശം തന്നെയിങ്ങിറ്റുവീണീടിലും ആകാത്ത കർമ്മത്തിൽ കൈചെല്ലരുതെന്ന് നിഷ്കർഷിച്ച കവി, കലുഷമായ ആധുനികകാലങ്ങളിൽ പുലരേണ്ട ധാർമ്മികതയെക്കുറിച്ച് ഏറെ വ്യാകുലപ്പെട്ടിരുന്നു. അക്കിത്തം അച്യുതൻ നമ്പൂതിരി, ഒളപ്പമണ്ണ സുബ്രഹ്മണ്യൻ നമ്പൂതിരിപ്പാട് എന്നിവരും നവോത്ഥാനന്തര ആധുനികത ജീവിതത്തിനേല്പിച്ച മുറിവുകൾ കവിതാമാധ്യമത്തിൽ ഏറ്റുവാങ്ങി.

*ബാലാമണിയമ്മ*

ആയിരത്തി തൊള്ളായിരത്തി അറുപതുകളോടെ മലയാള സാഹിത്യത്തിൽ രൂപപ്പെട്ടുവന്ന ആധുനികതാപ്രസ്ഥാനം കവിതയുടെ രൂപഭാവങ്ങളെ നവീകരിക്കുന്നതിൽ ഏറെ മുന്നിട്ടു പ്രവർത്തിച്ചു. യുദ്ധാനന്തര യൂറോപ്പിലുയർന്നുവന്ന പാശ്ചാത്യ ആധുനി

*ഒളപ്പമണ്ണ*

കതയുടെ ചുവടുപിടിച്ചാണ് മലയാളത്തിലും ഈ പ്രസ്ഥാനം ഉണ്ടായത്. ജീവിതത്തോടും സാമൂഹികബന്ധങ്ങളോടുമുള്ള വിരക്തി, സമൂഹത്തെ തിരസ്കരിച്ച് വ്യക്തിയെ സർവ്വപ്രധാനനും സർവ്വതന്ത്രസ്വതന്ത്രനുമാക്കാനുള്ള പ്രവണത, സർവ്വവിനാശചിന്ത, നിഷ്ഫലതാബോധം, മരണത്തെ പൂജനീയമായിക്കാണൽ, നിലവിലുള്ളതിൽ നിന്ന് തികച്ചും ഭിന്നമായ സങ്കേതങ്ങൾ കാവ്യാവിഷ്കാരത്തിനു സ്വീകരിക്കൽ, പ്രമേയംകൊണ്ടും രചനാസങ്കേതങ്ങൾ കൊണ്ടും അനുവാചകരെ തുടരെത്തുടരെ ഞെട്ടിക്കൽ എന്നിവ ഈ വിഭാഗത്തിൽപ്പെട്ട കവികളുടെ സവിശേഷതകളായിരുന്നു. അയ്യപ്പപണിക്കർ, എൻ എൻ കക്കാട്, കടമ്മനിട്ട രാമകൃഷ്ണൻ, വിഷ്ണുനാരായണൻ നമ്പൂതിരി, എം എൻ പാലൂര്, ആറ്റൂർ രവിവർമ്മ, സച്ചിദാനന്ദൻ, ഡി വിനയചന്ദ്രൻ തുടങ്ങിയവർ ഈ പ്രസ്ഥാനത്തിന് ആവിഷ്കാരം നൽകുകയോ പ്രസ്ഥാനത്തിൽ നിന്ന് ആവേശം കൊള്ളുകയോ ചെയ്തു.

എന്നാൽ പലരും പിന്നീട് പ്രസ്ഥാനത്തോടു വിടപറയുകയോ തങ്ങളുടേതായ പുതിയ മേച്ചിൽപ്പുറങ്ങൾ തേടിപ്പോവുകയോ ആണ് ഉണ്ടായത്. എൻ എൻ കക്കാട്, കടമ്മനിട്ട തുടങ്ങിയവർ ആരംഭകാലത്തുതന്നെ ആധുനികതാപ്രസ്ഥാനത്തോട് ദർശനപരമായ അകലം പുലർത്തിയിരുന്നു എന്നതും ശ്രദ്ധേയമാണ്. നടപ്പുവഴിയുടേതിൽ നിന്നു വ്യത്യസ്തമായൊരു പാത കവിതയ്ക്കുണ്ടെന്നു കാട്ടിത്തരാൻ ഏതായാലും ആധുനികതാപ്രസ്ഥാനത്തിന് കഴിഞ്ഞിട്ടുണ്ട്.

സമൂഹത്തിലെ സമ്പത്തിന്റെയും പ്രായോഗിക പരിജ്ഞാനത്തിന്റെയും ഉല്പാദകരും യഥാർത്ഥ അവകാശികളുമായ സാധാരണ മനുഷ്യർ അവകാശബോധമുൾക്കൊള്ളുകയും അറിവിന്റെയും അധികാരത്തിന്റെയും മേഖലയിലേക്ക് ഉയരാൻ ശ്രമിക്കുകയും ചെയ്ത പ്രക്രിയയാണ് നവോത്ഥാനം. ഇന്ത്യയിലെ നവോത്ഥാനപ്രസ്ഥാനം അതിന്റെ വളർച്ചയുടെ ഒരു ഘട്ടത്തിൽ ദേശീയപ്രസ്ഥാനമായി വികസിച്ചു. പിന്നീട് ദേശീയ പ്രസ്ഥാനം തന്നെ ഇരുവഴികൾ സ്വീകരിക്കുകയും ഒരു കൂട്ടർ രാഷ്ട്രീയ സ്വാതന്ത്ര്യം ലക്ഷ്യമാക്കുകയും ചെയ്തപ്പോൾ സമൂഹത്തിന്റെ മൊത്തം സ്വാതന്ത്ര്യമാണ് ശരിയായ സ്വാതന്ത്ര്യമെന്നും തൊഴിലെടുക്കുന്നവരുൾപ്പെടെയുള്ള എല്ലാവരെയും അസ്വാതന്ത്ര്യങ്ങളിൽ നിന്ന്

*സച്ചിദാനന്ദൻ*

പി ഭാസ്കരൻ

മോചിപ്പിച്ച് യഥാർത്ഥ സ്വാതന്ത്ര്യത്തിലേക്ക് നയിക്കലാണ് തങ്ങളുടെ ലക്ഷ്യമെന്നും മറ്റൊരു വിഭാഗം വിശ്വസിച്ചു. കമ്യൂണിസ്റ്റ് ആശയഗതികളുടെ പിൻബലമുണ്ടായിരുന്ന അവരുടെ ചിന്താഗതികൾ മലയാള കവിതയിലും പുതിയ ചിനപ്പുകൾ പൊടിപ്പിച്ചു. വള്ളത്തോളിലും ശങ്കരക്കുറുപ്പിലും ചങ്ങമ്പുഴയിലുമൊക്കെ അതിന്റെ ചില സ്ഫുരണങ്ങൾ കണ്ടിരുന്നു. ഇടശ്ശേരിയും വൈലോപ്പിള്ളിയും ഒരു പരിധിവരെ എൻ വി കൃഷ്ണവാര്യരും സ്വന്തം കവിതയുടെ ദാർശനിക സൗഷ്ഠവം മാർക്സിയൻ പ്രത്യയശാസ്ത്രത്തിലുറപ്പിച്ച് കവിതയ്ക്കും മാർക്സിയൻ സാംസ്കാരിക പ്രവർത്തനങ്ങൾക്കും കരുത്തു നൽകി. പി ഭാസ്കരനും വയലാർ രാമവർമ്മയും ഒ എൻ വി കുറുപ്പും കവിതാരംഗത്തെത്തിയത് ചങ്ങമ്പുഴയുടെ പിൻമുറക്കാരെന്ന നിലയിലായിരുന്നെങ്കിലും അവർ പ്രതിനിധാനം ചെയ്തത് മാർക്സിയൻ പ്രത്യയശാസ്ത്രത്തെയാണ്. ചൂഷണാധിഷ്ഠിതമായ സാമൂഹികക്രമത്തെ തകർത്ത് സമത്വസൗന്ദര്യസമൃദ്ധികളുള്ള ഒരു ലോകം സൃഷ്ടിക്കുന്ന ഒരു വിപ്ലവത്തെക്കുറിച്ച് ഈ കവികൾ പാടി. ഭാസ്കരന്റെ കവിത പിന്നീട് ചുവടൊന്നുമാറ്റിയെന്നിരുന്നാലും (*വില്ലാളി, രണഭേരി, വയലാർ ഗർജ്ജിക്കുന്നു, മുൾക്കിരീടം, ഒറ്റക്കമ്പിയുള്ള തംബുരു*) വയലാർ തന്റെ അന്ത്യശ്വാസം വരെ നവലോകസൃഷ്ടിയെക്കുറിച്ച് പാടി (*പാദമുദ്രകൾ, കൊന്തയും പൂണൂലും, ആയിഷ, എനിക്കു മരണമില്ല, മുളങ്കാട്, സർഗ്ഗസംഗീതം*). ഇരുപതാം നൂറ്റാണ്ടിന്റെ പൂർവാർദ്ധത്തിൽ എഴുതിത്തുടങ്ങിയ ഒ എൻ വിയും ആറു പതിറ്റാണ്ടിലേറെയായി കവിതയുടെ വിപ്ലവോന്മുഖപാത പിൻതുടരുന്നു. (*കടിഞ്ഞൂൽക്കനികൾ, ദാഹിക്കുന്ന പാനപാത്രം, മാറ്റുവിൻ ചട്ടങ്ങളെ, മയിൽപ്പീലി, അക്ഷരം, ശാർങ്ഗപക്ഷികൾ, ഞാനഗ്നി, സ്നേഹിച്ചു തീരാത്തവർ*), തിരുനല്ലൂർ കരുണാകരൻ (*റാണി, പ്രേമം മധുരമാണ്; ധീരവുമാണ്, സൗന്ദര്യത്തിന്റെ പടയാളികൾ, താഷ്കെന്റ്, അന്തിമയങ്ങുമ്പോൾ*), പുനലൂർ ബാലൻ (*തുടിക്കുന്ന താളുകൾ, രാമൻ രാഘവൻ, കോട്ടയിലെ പാട്ട്*), പുതുശ്ശേരി

വയലാർ

*ഒ എൻ വി*

രാമചന്ദ്രൻ (*ഗ്രാമീണ ഗായകൻ, ആവുന്നത്ര ഉച്ചത്തിൽ, പുതിയ കൊല്ലനും പുതിയൊരാലയും*) തുടങ്ങിയ കവികളും കവിതയിലെ സാമൂഹിക പരിബദ്ധതയുടെ പ്രോദ്ഗായകരായി. ഏഴാച്ചേരി രാമചന്ദ്രൻ, കുഞ്ഞപ്പ പട്ടാനൂർ തുടങ്ങിയ കവികളുടെ ഒരു നീണ്ട നിരതന്നെ ഇന്ന് സമൂഹപരിബദ്ധകവിതയിൽ ഇവർക്ക് പിൻഗാമികളായുണ്ട്.

കവിതയെ ആത്മാവിൽ നിന്നുയരുന്ന നാദധാരയായിക്കാണുകയും അത് തന്നെയും സമൂഹത്തെയും സംശുദ്ധമാക്കുന്നതിന് സഹായകമാകണമെന്ന് കരുതുകയും ചെയ്ത കവയിത്രിയാണ് സുഗതകുമാരി. അന്തരാത്മാവിന്റെ തേങ്ങലുകളും ആമോദങ്ങളും സ്വപ്നങ്ങളും വികാരാർദ്രമായി പാടിക്കൊണ്ട് രംഗത്തുവന്ന സുഗതകുമാരിയുടെ പിൽക്കാല കവിതകളിൽ പാർശ്വവത്കരിക്കപ്പെടുന്ന സാമൂഹിക വിഭാഗങ്ങളും ചൂഷണവിധേയമാകുന്ന പ്രകൃതിയും പ്രമുഖ സ്ഥാനം നേടി (*മുത്തുച്ചിപ്പി, പാവം മാനവഹൃദയം, അമ്പലമണി, കുറിഞ്ഞിപ്പൂക്കൾ, ദേവദാസി*).

ആക്ഷേപഹാസ്യത്തെ കവിതയുടെ മാധ്യമമായി സ്വീകരിക്കുകയും സമൂഹത്തിൽ അപ്പപ്പോൾ വന്നുവീഴുന്ന പുഴുക്കുത്തുകൾക്കെതിരെ തീക്ഷ്ണമായി പ്രതികരിക്കുകയും ചെയ്യുന്ന കവിയാണ് ചെമ്മനം ചാക്കോ (*കനകാക്ഷരങ്ങൾ, നെല്ല്, ആഗ്നേയാസ്ത്രം, ആവനാഴി*).

ശ്രദ്ധേയരായ കവികളുടെ ഒരു പരമ്പരതന്നെ ഇവരെത്തുടർന്നു വരുന്നുണ്ട്. തനതായ ശബ്ദം കേൾപ്പിക്കാൻ കഴിവുറ്റവരെന്ന് അവരിൽ പലരും ഇതിനകം തെളിയിക്കുകയും ചെയ്തിട്ടുണ്ട്.

*സുഗതകുമാരി*

ഇതിഹാസപുരാണങ്ങളിൽ നിന്നും ഉപരിവർഗ്ഗ-അധികാര കേന്ദ്രങ്ങളിൽ നിന്നും നിയോക്ലാസിക് സങ്കല്പങ്ങളിൽ നിന്നും കവിത ജനങ്ങൾക്കിടയിലേക്ക് ഇറങ്ങിവരികയും ഗ്രാമങ്ങളിലും നാട്ടുവഴികളിലും നിന്നുകൊണ്ട് തന്നോടും മറ്റുള്ളവരോടും ഒന്നുപോലെ ഹൃദയനിവേദനം നടത്താൻ കഴിവുനേടുകയും ചെയ്ത കഥയാണ് ഇരുപതാം നൂറ്റാണ്ടിലെ കവിതയുടേത്. ആന്തരവും ബാഹ്യവുമായി കവിത നേടിയ വളർച്ചയിൽ ഭാഷയുടെ സമ്മാനം ഏറെ പ്രധാനമാണ്. വരമൊഴിഭാഷ ജനങ്ങളുടെ സംഭാഷണഭാഷയോട് ഏറെ അടുത്തുവന്നപ്പോൾ കാവ്യഭാഷയും ഏറിയ പരിണാമങ്ങൾക്ക് നിർബദ്ധമായി. ഒരു നൂറ്റാണ്ടിന് ഉൾക്കൊള്ളാവുന്നതിലും ഏറിയ വികാസം ഇരുപതാംനൂറ്റാണ്ടിലെ കാവ്യഭാഷ കൈവരിച്ചു.

# 9

# നാടകവും നിരൂപണവും

**ഇ**രുപതാം നൂറ്റാണ്ടിലെ കേരളത്തിന്റെ സംസ്കാര രൂപീകരണത്തിൽ മലയാള നാടകവേദിയും നാടക സാഹിത്യവും വഹിച്ച പങ്ക് വളരെ വലുതാണ്. കേരളത്തിന്റെ തനതായ രംഗാവതരണരൂപങ്ങൾ ശ്രദ്ധിക്കപ്പെടാതെയും പരിപോഷിപ്പിക്കപ്പെടാതെയും പോവുകയും അവയുടെ സ്ഥാനത്ത് മറ്റൊന്ന് ഉയർന്നു വരാതിരിക്കുകയും ചെയ്ത സ്ഥിതിയാണ് ആരംഭകാലത്ത് കാണുന്നത്. കേരളവർമ്മ വലിയകോയിത്തമ്പുരാന്റെ *ശാകുന്തളം* പരിഭാഷയായ *മണിപ്രവാള ശാകുന്തളം* നാടകത്തിന്റെ പുതിയ ചരിത്രംകുറിച്ചു എന്നുപറയുന്നുണ്ടെങ്കിലും സംസ്കൃതത്തിലെ അതിപ്രധാനമായ ഒരു നാടകം മണിപ്രവാളത്തിലുമുണ്ടായി എന്നല്ലാതെ മലയാള നാടകവേദിക്കോ നാടകസാഹിത്യത്തിനോ അത് കാര്യമായ സംഭാവന നൽകിയെന്നു പറഞ്ഞുകൂടാ. സംസ്കൃതത്തിൽ നിന്നും ഇംഗ്ലീഷിൽ നിന്നും മറ്റും ഒട്ടേറെ നാടകങ്ങൾ വിവർത്തനരൂപത്തിലെത്തുന്നതിന് അത് വഴിയൊരുക്കി. നാടകസാഹിത്യത്തിന്റെ സാന്നിദ്ധ്യം മലയാളത്തിലുറപ്പിക്കുന്നതിന് ഈ വിവർത്തനങ്ങൾ സഹായകമായി.

ഈ നാടകങ്ങളുടെ മാതൃകയിൽ ഇതിഹാസങ്ങളിലും പുരാണങ്ങളിലുമുള്ള കഥകളെ ഇതിവൃത്തമായി സ്വീകരിച്ച് മലയാളത്തിൽ നാടകങ്ങൾ രചിക്കുന്നതിനുള്ള ശ്രമങ്ങളുണ്ടായി എന്നതാണ് പ്രധാന നേട്ടം. അവിടെ നിന്നാണ് നാടകം സമൂഹത്തിലേക്ക് ഇറങ്ങാൻ ശ്രമിക്കുന്നത്. കൊച്ചുണ്ണിത്തമ്പുരാന്റെ *കല്യാണിനാടകം*, കെ സി കേശവ പിള്ളയുടെ *ലക്ഷ്മീകല്യാണം*, കൊച്ചീപ്പൻ മാപ്പിളയുടെ *മറിയാമ്മ*, സി വി രാമൻപിള്ളയുടെ *പണ്ടത്തെ പാച്ചൻ, കുറുപ്പില്ലാക്കളരി* തുടങ്ങിയ

*വി ടി ഭട്ടതിരിപ്പാട്*

പ്രഹസനങ്ങൾ ഇങ്ങനെയുള്ള കൃതികൾ നാടകത്തെ സമൂഹത്തിലേക്ക് ഇറക്കിക്കൊണ്ടുവരാൻ നടന്ന ശ്രമങ്ങളുടെ ഭാഗമാണ്. കുറെക്കൂടി മുന്നോട്ടു കടന്ന്, സമൂഹത്തിൽ നേരിട്ട് ഇടപെടുക എന്ന ലക്ഷ്യത്തോടെ തന്നെ രചിച്ച് അരങ്ങത്തവതരിപ്പിച്ചവയാണ് വി ടി ഭട്ടതിരിപ്പാടിന്റെ *അടുക്കളയിൽ നിന്ന് അരങ്ങത്തേക്ക്*, കെ ദാമോദരന്റെ *പാട്ടബാക്കി*, എം ആർ ഭട്ടതിരിപ്പാടിന്റെ *മറക്കുടയ്ക്കുള്ളിലെ മഹാനരകം* തുടങ്ങിയ നാടകങ്ങൾ. ആധുനിക മലയാള നാടകത്തിന്റെ ചരിത്രം അവയിൽ നിന്നു തുടങ്ങുന്നുവെന്നു പറയാം. അഭിനയകലാരൂപമായ നാടകത്തിൽ വാചികം, അതായത് സംഭാഷണം, ഒരു പ്രമുഖ ഘടകമാണ്. സംഭാഷണമാകട്ടെ നിത്യവ്യവഹാരത്തിന്റെ ഭാഷാരൂപവും. എന്നാൽ ഗദ്യസാഹിത്യം വികസിച്ചുവരുന്ന ഘട്ടമായ അക്കാലത്ത് നാടകത്തിലെ ഭാഷ തികച്ചും നിത്യവ്യവഹാരരൂപമായി മാറിയിരുന്നെന്നു പറഞ്ഞുകൂടാ. നിത്യവ്യവഹാരരൂപമെന്നു ഭാവിക്കുന്ന, പക്ഷെ തെല്ലൊക്കെ കൃത്രിമത്വം കലർന്ന ഒരു ഭാഷണരീതിയാണ് അന്ന് നാടകം സ്വീകരിച്ചിരുന്നത്. എന്നിരുന്നാലും തികച്ചും സാധാരണക്കാരായ ആസ്വാദകരെ ലക്ഷ്യമാക്കി രചിച്ച ഈ നാടകങ്ങളിലെ ഭാഷ സാധാരണക്കാരുടേതിനോട് ഒട്ടൊക്കെ അടുത്തു നിന്നിരുന്നു.

നാടകഭാഷ പിന്നീട് സംഗീതമായി മാറുന്നതാണ് നാം കാണുന്നത്. കല ജീവനോപായമാവുകയും നാടകമെന്ന രൂപത്തിന്റെ രക്ഷാധികാരിത്വം നാടകസംഘങ്ങളേറ്റെടുക്കുകയും ചെയ്തതോടെയാണ് തമിഴ് നാടക സംഘങ്ങളെ അനുകരിച്ചുള്ള സംഗീത നാടകക്കമ്പനികൾ കേരളത്തിലുമുണ്ടാകുന്നത്. ഈ രീതിയിൽ അവതരിപ്പിച്ച *കരുണ*യുടെ അവതരണത്തിന് അസാധാരണമായ സ്വീകാരം ലഭിച്ചത് ആ മട്ടിലുള്ള കൂടുതൽ നാടകങ്ങളുടെ ആവിർഭാവത്തിനു കാരണമായി. എന്നിരുന്നാലും അടിമുടി കൃത്രിമത്വം നിറഞ്ഞ സംഗീത നാടകാവതരണങ്ങൾക്ക് ഏറെക്കാലം പിടിച്ചുനിൽക്കാനായില്ല. അതിൽ നിന്നെല്ലാം നാടകവേദിയെ മോചിപ്പിച്ച് സാമൂഹിക പ്രാധാന്യമുള്ള വിഷയങ്ങളിലേക്ക് കൂടുതൽ ശക്തമായി ആനയിക്കാൻ കേശവദേവിന്റെ *യാചകപ്രേമം*, തിക്കുറിശ്ശി സുകുമാരൻനായരുടെ *സ്ത്രീ* തുടങ്ങിയ നാടകങ്ങളുണ്ടായി.

*എൻ കൃഷ്ണപിള്ള*

എൻ കൃഷ്ണപിള്ളയുടെ *ഭഗ്നഭവന*ത്തോടെയാണ് സമൂഹം നാടകത്തിൽ ഗൗരവമേറിയൊരു സമസ്യയായെത്തുന്നത്. *പാട്ടബാക്കി*യും മറ്റും സമൂഹത്തിന്റെ ഗൗരവമേറിയ പ്രശ്നങ്ങളെത്തന്നെയാണ് കൈകാര്യം ചെയ്തിരുന്നത്. പക്ഷേ അവിടെ സാമൂഹിക പ്രശ്നങ്ങളുടെ പ്രാധാന്യത്തിൻ കീഴിൽ വ്യക്തി, കുടുംബം ഇവ പിൻതള്ളപ്പെടുകയായിരുന്നു. കൃഷ്ണപിള്ളയുടെ നാടകങ്ങളിൽ സാമൂഹിക പ്രശ്നങ്ങളെത്തിയതു തന്നെ വ്യക്തി, കുടുംബം ഇവയെ കേന്ദ്രീകരിച്ചായിരുന്നു. മധ്യവർഗ്ഗ കുടുംബങ്ങളെ ഞെരുക്കുന്ന സാമൂഹിക പ്രശ്നങ്ങളിൽപ്പെട്ട് വീർപ്പുമുട്ടുന്ന വ്യക്തികളുടെ അന്തർഭാവങ്ങളിലേക്ക് ആഴ്ന്നിറങ്ങാൻ ആ നാടകങ്ങൾക്ക് കഴിഞ്ഞു. നാടകത്തിലെ സംഭാഷണഭാഷ അതിനനുസരിച്ച് ഗൗരവഭാവം കൈക്കൊണ്ടു. അഭ്യസ്തവിദ്യരായ ഇടത്തരക്കാരുടെ കുടുംബപ്രശ്നങ്ങളെ അവരുടെ തേച്ചുമിനുക്കിയെടുത്ത ഭാഷയിലൂടെ അവതരിപ്പിക്കുന്നതാണ് *ഭഗ്നഭവനം* മുതൽ *കുടത്തിലെ വിളക്ക്* വരെയുള്ള നാടകങ്ങളിൽ കാണുന്നത്. നാടകത്തെയും നാടകസമീപനത്തെയും നാടകഭാഷയെയും ഗൗരവപൂർണ്ണമാക്കുന്നതിൽ കൃഷ്ണപിള്ളയുടെ സംഭാവന വിലമതിക്കാനാവാത്തതാണ്.

*സി ജെ തോമസ്*

*സമത്വവാദി*യുടെ രചനയിലൂടെ മലയാള നാടകചരിത്രത്തിൽ പുളിമാന പരമേശ്വരൻപിള്ള ഇടപെടുകയും ശ്രദ്ധേയമായ സ്ഥാനം നേടുകയും ചെയ്തത് ഏതാണ്ട് ഈ കാലത്തു തന്നെയാണ്. ഇബ്സന്റെ കാലത്തിനുശേഷം യൂറോപ്യൻ നാടകവേദിയിലുണ്ടായ എക്സ്പ്രഷനിസ്റ്റ് രചനാരീതിയാണ് പുളിമാന സ്വീകരിച്ചത്. കാലത്തിന്റെയും ദേശത്തിന്റെയും അതിർവരമ്പുകളില്ലാതെ ആശയങ്ങൾക്ക് മൂർത്തമായ ആവിഷ്കാരം നൽകാനാണ് സമത്വവാദിയിലുടെ ശ്രമിച്ചത്. കാവ്യാത്മകതയും നാടകീയതയും ഒത്തിണക്കി രീതിബദ്ധമായ (stylized) ഭാഷ നാടകത്തിൽ ഉപയോഗിക്കാനും അദ്ദേഹം ശ്രമിച്ചു. സാധാരണ സംഭാഷണ ഭാഷതന്നെ ശൈലീകൃതമാകുമ്പോൾ അതിനു കൈവരുന്ന സാന്ദ്രതയുടെ ഗാംഭീര്യവും സമത്വവാദി കാട്ടിത്തന്നു.

*അവൻ വീണ്ടും വരുന്നു, ആ മനുഷ്യൻ നീ തന്നെ, 1128-ൽ ക്രൈം 27* എന്നീ നാടകങ്ങൾകൊണ്ട് സി ജെ തോമസ് മലയാള നാടകവേദിക്ക് തികച്ചും വ്യത്യസ്തമായൊരു മുഖം നൽകി. പ്രാചീന ഗ്രീക്ക് നാടകവേദിയിൽ നിന്ന് ശക്തിചൈതന്യം ഉൾക്കൊള്ളുകയും നാടകത്തിലെ സാഹിത്യത്തിനും രംഗാവതരണത്തിനും പ്രാധാന്യം നൽകുകയും ചെയ്തു അദ്ദേഹം. സംഭാഷണഭാഷയിലെ ലഘുവാക്യങ്ങൾകൊണ്ട് വ്യക്തിചിത്തത്തിന്റെയും സമൂഹബോധത്തിന്റെയും സങ്കീർണ്ണമായ

*തോപ്പിൽ ഭാസി*

ആന്തരശ്രുതികളെ രംഗാവിഷ്കാരത്തിലേക്കെത്തിക്കാൻ സി ജെ കാണിക്കുന്ന സാമർത്ഥ്യം അസാധാരണമാണ്.

ഗ്രാമീണമായ ഒരു സാമൂഹിക പ്രശ്നത്തെ നാട്ടിൻപുറത്തിന്റെ ഭാഷയിൽ വിശകലനം ചെയ്യുന്ന *കൂട്ടുകൃഷി* എന്ന നാടകം ഇടശ്ശേരി ഗോവിന്ദൻ നായർ രചിച്ചത് മലബാർ കേന്ദ്രകലാസമിതിയുടെ ആരംഭം കുറിക്കാൻ കൂടിയാണ്. രാഷ്ട്രീയ സ്വാതന്ത്ര്യം നേടിയ ഇന്ത്യൻ ഗ്രാമങ്ങൾക്ക് സാമൂഹിക സ്വാതന്ത്ര്യം കൈവരിക്കാൻ കഴിയുന്നതെങ്ങനെ എന്ന് അന്വേഷിക്കുന്ന ഈ നാടകം ഇടശ്ശേരി കാവ്യരംഗത്തു നിർവഹിച്ച ആധുനികരണപ്രക്രിയയുടെ മറ്റൊരു രൂപമാണ്. സാമൂഹിക സ്വാതന്ത്ര്യം ഇനിയും ഏറെ അകലെ മാത്രം നിൽക്കുമ്പോൾ *കൂട്ടുകൃഷി* പ്രസക്തി മങ്ങാതെ നിലകൊള്ളുന്നു.

മനുഷ്യന്റെ സാമൂഹികസ്വാതന്ത്ര്യം എന്ന പ്രശ്നം കൂടുതൽ സജീവമായി രംഗത്തെത്തുന്നതാണ് സ്വാതന്ത്ര്യാനന്തരഭാരതത്തിന്റെ രാഷ്ട്രീയചരിത്രം വ്യക്തമാക്കുന്നത്. അഖിലേന്ത്യാ തലത്തിൽ ബോംബെ കേന്ദ്രീകരിച്ച് ഇന്ത്യൻ പീപ്പിൾസ് തീയേറ്റർ അസ്സോസിയേഷനും (ഐ പി ടി എ) കേരളത്തിൽ കേരളാ പീപ്പിൾസ് ആർട്സ് ക്ലബ്ബും (കെ പി എ സി) രൂപീകൃതമായത് ഈ സ്വാതന്ത്ര്യാന്വേഷണ സംരംഭങ്ങളുടെ ഭാഗമായാണ്. തോപ്പിൽ ഭാസിയുടെ *നിങ്ങളെന്നെ കമ്യൂണിസ്റ്റാക്കി, സർവ്വേക്കല്ല്, മൂലധനം, മുടിയനായ പുത്രൻ, അശ്വമേധം, ശരശയ്യ* തുടങ്ങിയ നാടകങ്ങൾ സാമൂഹിക സ്വാതന്ത്ര്യം സംബന്ധിച്ച വിവിധ പ്രമേയങ്ങളുടെ ആവിഷ്കാരങ്ങളാണ്. നാടകം എന്ന കലാരൂപത്തെ പ്രമേയംകൊണ്ടും ഭാഷകൊണ്ടും അവതരണംകൊണ്ടും ജനങ്ങളുടേതാക്കി മാറ്റിയത് ഇങ്ങനെയുള്ള രചനകളാണ്. പി ജെ ആന്റണിയുടെ *ചക്രവാളം, ഇങ്കിലാബിന്റെ മക്കൾ, ദൈവവും മനുഷ്യനും* ചെറുകാടിന്റെ *നമ്മ*

*ചെറുകാട്*

*എസ് എൽ പുരം സദാനന്ദൻ*

*ളൊന്ന്, തറവാടിത്തം, അടിമ, ഈ മണ്ണ് മനുഷ്യന്റേതാണ്* എസ് എൽ പുരം സദാനന്ദന്റെ *ഒരാൾകൂടി കള്ളനായി, വിലകുറഞ്ഞ മനുഷ്യർ, ഇത്തിരി മണ്ണും ഒത്തിരി മനുഷ്യരും, യാഗശാല, അഗ്നിപുത്രി, കാട്ടുകുതിര* തുടങ്ങിയ നാടകങ്ങൾ, പൊൻകുന്നം വർക്കിയുടെ *വിശറിക്കു കാറ്റുവേണ്ട, മനുഷ്യൻ, സ്വർഗ്ഗം നാണിക്കുന്നു* തുടങ്ങിയ നാടകങ്ങൾ, കെടി മുഹമ്മദിന്റെ *ഇത് ഭൂമിയാണ്, കടൽപ്പാലം, അൾത്താര, കറവറ്റ പശു, സൃഷ്ടി സ്ഥിതി സംഹാരം* തുടങ്ങിയ നാടകങ്ങൾ, തിക്കോടിയന്റെ *പ്രസവിക്കാത്ത അമ്മ, കന്യാദാനം, പണക്കിഴി* തുടങ്ങിയവ, വൈക്കം ചന്ദ്രശേഖരൻ നായരുടെ *ഡോക്ടർ*, കാലടി ഗോപിയുടെ *ഏഴു രാത്രികൾ* ഇങ്ങനെ സാമൂഹിക സ്വാതന്ത്ര്യം മുഖ്യവിഷയമായ നാടകങ്ങളുടെയും അവയുടെ രംഗാവതരണങ്ങളുടെയും ഒരു പ്രവാഹം തന്നെ പിന്നീടുണ്ടായി. കേരള സമൂഹത്തെ രാഷ്ട്രീയവൽക്കരിക്കുന്നതിലും നവീകരിക്കുന്നതിലും മലയാള നാടകവേദി നൽകിയ സംഭാവന പ്രത്യേകമായ ഒരു പഠനവിഷയമാണ്.

സി എൻ ശ്രീകണ്ഠൻ നായരുടെ *നഷ്ടക്കച്ചവടം, കാഞ്ചനസീത, സാകേതം, ലങ്കാലക്ഷ്മി*, ജി ശങ്കരപ്പിള്ളയുടെ *സബർമതി ദൂരെയാണ്, ഭരതവാക്യം, തിരുമ്പിവന്താൻ തമ്പി, കലി, കിരാതം* കാവാലം നാരായണപ്പണിക്കരുടെ *തിരനോട്ടം, സാക്ഷി, തിരുവഴിത്താൻ, അവനവൻ കടമ്പ* തുടങ്ങിയ നാടകങ്ങൾ നാടകസങ്കല്പത്തിൽത്തന്നെ ചില അഴിച്ചുപണികൾ നടത്താനുള്ള ശ്രമത്തിന്റെ ഭാഗമാണ്. പ്രമേയ സ്വീകാരത്തിലും നാടകരൂപനിർമ്മിതിയിലും അവതരണത്തിലുമെല്ലാം നടന്നുവന്ന പാത പിന്നിട്ട് പുതിയവ കണ്ടെത്താനുള്ള ബോധപൂർവ്വവും ചിലപ്പോൾ സാഹസികവുമായ ശ്രമങ്ങൾ ഇവയിൽ പലതിലും കാണാം. നാടകഭാഷ നാടൻഭാഷണരൂപത്തോട് അടുക്കുന്നതിനു പകരം സാഹിത്യഭാഷയോട് ഏറെയടുക്കുകയും അതിനെ കൂടുതൽ ധ്വനിസാന്ദ്രമാക്കാൻ ശ്രമിക്കുകയും ചെയ്യുന്നതാണ് ഇവിടെക്കാണുന്നത്. ഭാഷയ്ക്ക് ആശയനിവേദനം സ്വാഭിപ്രായസ്ഥാപനം എന്നിവയ്ക്കു പുറമേ സാഹിത്യപ്രസ്ഥാനത്തിന്റെയും കലാരൂപവിഭാഗങ്ങളുടെയും നിർമ്മാണ മേഖലയിൽ ഏറെക്കാര്യങ്ങൾ ചെയ്യാനുണ്ടെന്നും അക്കാര്യങ്ങളിൽ ഭാഷയ്ക്കുള്ള സ്ഥാനം നിർണ്ണായകമാണെന്നും ഇത് വ്യക്തമാക്കുന്നു.

*സി എൻ ശ്രീകണ്ഠൻ നായർ*

ആധുനിക കേരളത്തിന്റെ നിർമ്മിതിയിൽ അതിനിർണ്ണായകമായൊരു സ്ഥാനമാണ് മലയാള നാടകപ്രസ്ഥാനം കുറഞ്ഞൊരു കാലം

കൊണ്ടു വഹിച്ചത്. എന്നാൽ സമീപകാലത്തായി അതിന്റെ നില അത്ര ഉന്നതമായ സ്ഥിതിയിലാണെന്നു പറഞ്ഞുകൂടാ. നാടകസംഘങ്ങളും നാടകപ്രവർത്തകരും ഇപ്പോഴും തങ്ങളുടെ ശ്രമങ്ങൾ തുടരുന്നുണ്ട്. പിരപ്പൻകോടു മുരളി, ഇബ്രാഹിം വേങ്ങര തുടങ്ങിയ നാടകകർത്താക്കൾ രചനയിലൂടെയും രംഗാവതരണത്തിലൂടെയും പുതിയ ചലനങ്ങൾ സൃഷ്ടിക്കാൻ നടത്തുന്ന ശ്രമങ്ങൾ ശ്ലാഘനീയമാണ്. എന്നിരുന്നാലും അരനൂറ്റാണ്ടുകാലം മുമ്പ് കേരളത്തെ മുന്നോട്ടു നയിച്ചിരുന്ന നാടകവേദിക്ക് ആ സ്ഥാനം നഷ്ടപ്പെട്ടിരിക്കുന്നു എന്നു പറയാതെ വയ്യ.

ഉപന്യാസം, സാഹിത്യ നിരൂപണം ഈ വിഭാഗങ്ങളുടെ വികാസവും ആധുനിക ഗദ്യഭാഷാവികാസവും തമ്മിൽ പിരിച്ചകറ്റാനാകാത്ത ബന്ധമുണ്ട്. സമൂഹത്തിന്റെ ആധുനികീകരണത്തിനു മുൻനിന്നു പ്രവർത്തിച്ച പത്രമാസികകളിലൂടെയാണ് ഈ ഗദ്യവിഭാഗങ്ങളും വളർച്ച പ്രാപിച്ചത്. *രാജ്യസമാചാരം, പശ്ചിമോദയം, ജ്ഞാനനിക്ഷേപം* തുടങ്ങിയ മാസികകൾ പുതിയ മനുഷ്യൻ അവശ്യം അറിഞ്ഞിരിക്കേണ്ട വിവരങ്ങളെക്കുറിച്ച് ഉപന്യാസങ്ങൾ പ്രസിദ്ധീകരിച്ചിരുന്നു. പ്രാചീനതയെ വെടിഞ്ഞ് ആധുനികതയിലേക്കു കടക്കാൻ വെമ്പുന്ന ഒരവസ്ഥയാണ് ഈ ഉപന്യാസങ്ങൾ പ്രതിനിധാനം ചെയ്തത്. അതിന്റേതായ അപരിചിതത്വവും കൃത്രിമത്വവും ഇന്ന് നാം വായിക്കുമ്പോൾ അതിൽ അനുഭവപ്പെടാം.

1889-ൽ സി പി അച്യുതമേനോൻ *വിദ്യാവിനോദിനി* എന്ന മാസിക ആരംഭിച്ചതോടെയാണ് സാഹിത്യനിരൂപണം എന്നൊരിനം മലയാളത്തിൽ സജീവമായി തുടങ്ങുന്നത്. ഗദ്യലേഖനങ്ങൾക്ക് പ്രാധാന്യം നൽകിയിരുന്ന *വിദ്യാവിനോദിനി*യിൽ അച്യുതമേനോൻ തന്നെ ധാരാളം സാഹിത്യോപന്യാസങ്ങളും നിരൂപണങ്ങളും എഴുതി. പാശ്ചാത്യ സാഹിത്യ സിദ്ധാന്തങ്ങളെ പ്രധാനമായും പിൻതുടരുന്ന ആ ലേഖനങ്ങൾ പദ്യവും സംസ്കൃത സാഹിത്യസിദ്ധാന്തങ്ങളും ആധിപത്യം പുലർത്തിയിരുന്ന നിലവിലുള്ള സാഹിത്യസമീപനത്തിൽ നിന്ന് ഒരു വിച്ഛേദമായിരുന്നു. ജീവിതത്തെയെന്നപോലെ സാഹിത്യത്തെയും നോക്കിക്കാണുന്നതിന് വേറിട്ട ഒരു വെളിച്ചം ആവശ്യമാണെന്നും സാധ്യമാണെന്നുമാണ് 1889-ൽ ത്തന്നെയുണ്ടായ *ഇന്ദുലേഖ*യെപ്പോലെ *വിദ്യാവിനോദിനീ*ലേഖനങ്ങളും വ്യക്തമാക്കിയത്. എന്നാൽ പൗരസ്ത്യ നിരൂപണത്തിന്റെ പാതയെ അവ നിരാകരിച്ചില്ല. രസം, ധ്വനി എന്നിവയുടെ പ്രാധാന്യം ഉറപ്പിക്കുകതന്നെ ചെയ്തു. പൗരസ്ത്യമായ വഴിയിലൂടെ പടിഞ്ഞാറിന്റെ പുതുവെളിച്ചവുമായി സഞ്ചരിക്കുകയെന്ന സമീപനമാണുണ്ടായിരുന്നത്. സഹൃദയനെ ഒരു പ്രധാന സ്ഥാനത്തു നിർത്തിക്കൊണ്ട് കൃതിയെ നിരൂപണം ചെയ്യുകയെന്ന സമ്പ്രദായമാണ് അച്യുതമേനോൻ സ്വീകരിച്ചത്. സമൂഹത്തിൽ ദ്രുതഗതിയിൽ നടന്നുവന്ന ജനാധിപത്യവത്കരണശ്രമങ്ങൾ ഭാഷയിലും സാഹിത്യത്തിലും സന്നിവേശിക്കുന്ന കാഴ്ചയാണ് നാമിവിടെ കാണുന്നത്.

ഈ ജനാധിപത്യവൽക്കരണത്തിന്റെ ചൈതന്യം ഏതാണ്ട് സമഗ്ര

സ്വഭാവത്തോടെ പകരുന്നവയായിരുന്നു എ ആർ രാജരാജവർമ്മയുടെ നിരൂപണങ്ങളും സൈദ്ധാന്തികഗ്രന്ഥങ്ങളുടെ രചനയും. ഭാഷയെയും സാഹിത്യത്തെയും സംബന്ധിച്ച ദുരൂഹതകളെയും നിഗൂഢവത്കരണത്തെയും തകർത്ത് അവയെ സംബന്ധിച്ച ശാസ്ത്രീയബോധം വായനക്കാരിലെത്തിക്കുകയാണ് സൈദ്ധാന്തിക ഗ്രന്ഥങ്ങൾ ചെയ്തത്. *സാഹിത്യസാഹ്യം, കേരള പാണിനീയം, ഭാഷാഭൂഷണം, വൃത്തമഞ്ജരി* എന്നീ സൈദ്ധാന്തിക ഗ്രന്ഥങ്ങൾ, ഏറെയും സംസ്കൃതഗ്രന്ഥങ്ങളുടെ ചുവടുപിടിച്ചാണെന്നിരുന്നാലും, ഭാഷയെയും സാഹിത്യത്തെയും സംബന്ധിച്ച ശാസ്ത്രീയബോധം പകരാൻ സഹായിച്ചു. കുമാരനാശാന്റെ *നളിനി*ക്കെഴുതിയ അവതാരികയും *നളചരിത വ്യഖ്യാനവും* മറ്റും സാഹിത്യത്തെ പുതിയ വെളിച്ചത്തിൽ സമീപിക്കാനുള്ള ശ്രമത്തിന്റെ ഭാഗമായിരുന്നു. ശബ്ദത്തെക്കാൾ അർത്ഥത്തിന് പ്രാധാന്യം നൽകണമെന്നു നിഷ്കർഷിക്കുന്ന പ്രാസവാദത്തിലെ അദ്ദേഹത്തിന്റെ നിലപാട് ജീവിതത്തെ നിയന്ത്രിക്കുന്ന ബാഹ്യമോടികളെക്കാൾ അതിന്റെ അന്തസ്സത്തയ്ക്ക് പ്രാധാന്യം നൽകണമെന്നാണ് സ്ഥാപിച്ചത്. മലയാള കവിതയിലെ പഴഞ്ചൻ രീതികളോട് തന്റെ *വിവേകോദയം* മാസികയിലെ ലേഖനങ്ങളിലൂടെ പോരാടിയ കുമാരനാശാൻ കവിതയിൽ വരുത്താനാഗ്രഹിച്ച വ്യതിയാനങ്ങളെ പ്രോത്സാഹിപ്പിക്കുകയും അഭിനന്ദിക്കുകയുമാണ് എ ആർ *നളിനിയുടെ* നിരൂപണത്തിലൂടെ ചെയ്തത്. രാജരാജവർമ്മയുടെ സാഹിത്യപ്രവർത്തനങ്ങളും കുമാരനാശാന്റെ സാഹിത്യ-സാമൂഹിക പ്രവർത്തനങ്ങളും പരസ്പരബദ്ധങ്ങളായിരുന്നു.

*പി കെ നാരായണപിള്ള*

എന്നാൽ സാഹിത്യനിരൂപണത്തിന് പഴമയുടെ ഉൾവെളിച്ചം നൽകാനാണ് രാജരാജവർമ്മയുടെ ശിഷ്യനായ സാഹിത്യപഞ്ചാനനൻ പി കെ നാരായണപിള്ള ശ്രമിച്ചത്. ആ വിധത്തിൽ പ്രാചീന ക്ലാസിക് കൃതികളുടെ ആന്തരഗരിമ വെളിവാക്കിക്കൊണ്ട് ചെറുശ്ശേരി, എഴുത്തച്ഛൻ, കുഞ്ചൻ നമ്പ്യാർ എന്നിവരെക്കുറിച്ച് പ്രൗഢപ്രബന്ധങ്ങൾ അദ്ദേഹം രചിച്ചു. എന്നാൽ ക്ലാസിക് കൃതികളുടെ വിശകലനത്തിൽ ഏറ്റവും ആധികാരികമെന്നു വിശേഷിപ്പിക്കാവുന്ന ശബ്ദമുയർത്തിയ അദ്ദേഹം സാഹിത്യത്തെ അളക്കാനുപയോഗിച്ച മുഴക്കോൽ എത്രമാത്രം അപര്യാപ്തമാണെന്ന് ആശാൻകവിതയടക്കമുള്ള സമകാലിക കവിതയുടെ നിരൂപണത്തിലൂടെ നാരായണപിള്ള വ്യക്തമാക്കുകയും ചെയ്തു. മറിച്ച്, സമകാലികകൃതികളെ നിരൂപണം ചെയ്യുന്നതിലും അവയുടെ സാഹിത്യപരവും സാമൂഹികവുമായ പ്രസക്തി വെളിവാക്കുന്നതിലും സ്വദേശാഭിമാനി രാമകൃഷ്ണപിള്ള

നൽകിയ സംഭാവനകൾ ഗണനീയമാണ്. പത്രപ്രവർത്തനത്തിലൂടെ കേരളത്തിലെ പൊതുമണ്ഡലനിർമ്മിതിക്ക് സ്വദേശാഭിമാനി നൽകിയ സംഭാവനകളുടെ മറ്റൊരു മുഖമാണ് വ്യക്തിതാല്പര്യങ്ങളേറിയവയെന്നിരുന്നാലും, അദ്ദേഹത്തിന്റെ നിരൂപണങ്ങൾ.

പത്രപ്രവർത്തനരംഗവുമായി ബന്ധപ്പെട്ടുതന്നെയാണ് കേസരി എ ബാലകൃഷ്ണപിള്ള നിരൂപണരംഗത്തെത്തുന്നത്. പത്രപ്രവർത്തനമെന്നപോലെ സാഹിത്യനിരൂപണവും ജനകീയാവബോധത്തിന്റെ പുനർനിർമ്മിതിക്ക് ഉതകണമെന്ന വിശ്വാസമാണ് അദ്ദേഹത്തെ നയിച്ചത്. ഈ കാഴ്ചപ്പാടോടുകൂടി ബാലകൃഷ്ണപിള്ള എഴുതിയ നിരൂപണലേഖനങ്ങളും ഗ്രന്ഥങ്ങളും മലയാളസാഹിത്യത്തെ പുതിയ മേഖലകളിലേക്ക് നയിച്ചു. വിശ്വസാഹിത്യത്തിലെ പുതിയ പ്രവണതകളെ മലയാളത്തിനു പരിചയപ്പെടുത്തുകയും മലയാളത്തിൽ സമാനമായ പ്രവണതകളും സാഹിത്യവിഭാഗങ്ങളുമുണ്ടാകുന്നതിന് പ്രേരിപ്പിക്കുകയും ചെയ്തു അദ്ദേഹം. തന്റെ കാലത്തെ ഏറ്റവും പുതിയ എഴുത്തുകാരുടെ പ്രചോദനകേന്ദ്രമായിരിക്കാനും ആ വിമർശകനു കഴിഞ്ഞു. എന്നാൽ സാഹിത്യകൃതികളെ അദ്ദേഹത്തിന്റെ വിമർശനം സമീപിച്ചത് ആസ്വാദനപരമെന്നതിനെക്കാളധികമായി സാങ്കേതികപരമായാണ്. *രൂപമഞ്ജരി, സാങ്കേതിക ഗ്രന്ഥനിരൂപണങ്ങൾ, രാജരാജീയം* തുടങ്ങിയവയാണ് അദ്ദേഹത്തിന്റെ കൃതികൾ.

സംസ്കൃതസാഹിത്യത്തിലെ ഗാഢമായ പാണ്ഡിത്യവും നിറഞ്ഞ സഹൃദയത്വവുമായി സാഹിത്യവിമർശനത്തിലേക്ക് കടന്ന കുട്ടിക്കൃഷ്ണ മാരാർ സാഹിത്യവിമർശനത്തിന് ഉൾക്കനം നൽകിയ വിമർശകനാണ്.

*കുട്ടികൃഷ്ണമാരാർ*

കലയെയും സാഹിത്യത്തെയും സംബന്ധിച്ച സൈദ്ധാന്തിക വിമർശനത്തിനും താൻ ഊന്നൽ നൽകുന്ന സൈദ്ധാന്തികവശങ്ങളെ സാഹിത്യകൃതികളിൽ ആരോപിച്ചു പരിശോധിക്കുന്ന പ്രായോഗികവിമർശനത്തിനും അദ്ദേഹം പ്രാധാന്യം നൽകി. മുൻഗാമികൾ തീർത്തുവച്ച പാതയിൽനിന്നു വേറിട്ടു നടക്കാനാണ് അദ്ദേഹം പലപ്പോഴും ശ്രമിച്ചത്. അംഗീകൃതമായ ആലങ്കാരിക മതങ്ങളിൽ നിന്നും വ്യത്യസ്തമായി *സാഹിത്യഭൂഷണം* രചിച്ചതും നിരൂപണം പക്ഷപാതപ്രകടനമാണെന്നു വാദിച്ചതുമെല്ലാം ഈ വ്യതിരിക്തതയുടെ സൂചനകളാണ്. പുരോഗമനസാഹിത്യപ്രസ്ഥാനവുമായി അദ്ദേഹം ഇടഞ്ഞുനിന്നതും ഇതേ കാരണംകൊണ്ടു തന്നെ. സാഹിത്യത്തിന്റെ സാമൂഹികപരിബദ്ധതയെ അടിവരയിട്ടു സമർത്ഥിക്കുന്ന മാരാർ പുരോഗമന സാഹിത്യപ്രസ്ഥാനത്തെ വിട്ടുവീഴ്ചയില്ലാതെ എതിർത്തത് അതിനെ

*ജോസഫ് മുണ്ടശ്ശേരി*

നയിച്ച കമ്യൂണിസ്റ്റ് ആശയഗതികളോട് അദ്ദേഹത്തിനുണ്ടായിരുന്ന വിയോജിപ്പുകൊണ്ടു മാത്രമാണ്. *സാഹിത്യവിദ്യ, രാജാങ്കണം, ദന്തഗോപുരം, കല ജീവിതം തന്നെ* തുടങ്ങിയവയാണ് അദ്ദേഹത്തിന്റെ കൃതികൾ.

സംസ്കൃതസാഹിത്യത്തിലും ഇംഗ്ലീഷിലും തികഞ്ഞ പരിജ്ഞാനവുമായി വിമർശനരംഗത്തെത്തിയ ജോസഫ് മുണ്ടശ്ശേരിയുടെ ശബ്ദം ഏറെ മുഴക്കമുള്ളതായിരുന്നു. കാല്പനിക സാഹിത്യത്തിന്റെ പ്രഭാഷകനായ മുണ്ടശ്ശേരി മലയാളത്തിൽ നിലനിന്നിരുന്ന നിയോക്ലാസിക് പ്രവണതകൾക്കെതിരെ ശക്തമായി പോരാടി. പുതിയൊരാസ്വാദനബോധവും പുതിയൊരു മൂല്യനിർണ്ണയനരീതിയും കവിതയുടെയും സാഹിത്യത്തിന്റെയും സമീപനത്തിൽ ആവശ്യമാണെന്ന് അദ്ദേഹം സ്ഥാപിച്ചു. ആശാൻകവിത മലയാളത്തിനു തുറന്നുതന്ന പുതിയ സാംസ്കാരികാനുഭവ മേഖലകളെ അനാവരണം ചെയ്തുതന്നത് മുണ്ടശ്ശേരിയാണ്. കവിതയിൽ ശബ്ദത്തിനെക്കാൾ അർത്ഥത്തിനാണ് പ്രാമുഖ്യമെന്ന എ ആർ രാജരാജവർമ്മയുടെ സിദ്ധാന്തത്തിന്റെ വ്യാഖ്യാതാവും പ്രചാരകനുമായ മുണ്ടശ്ശേരി പുരോഗമനസാഹിത്യപ്രസ്ഥാനത്തിന്റെയും പ്രമുഖനേതാവായിരുന്നു. എന്നാൽ ഇടക്കാലത്ത് പ്രസ്ഥാനവുമായി ചില അഭിപ്രായഭേദങ്ങളുടലെടുക്കുകയും പുരോഗമന സാഹിത്യകൃതികൾ ഉള്ളടക്കത്തിനുമാത്രം പ്രാധാന്യം നൽകുന്നുവെന്നാരോപിച്ച് അതിനെ വിമർശിച്ചുകൊണ്ട് *രൂപഭദ്രത* എന്ന കൃതി രചിക്കുകയും ചെയ്തു. പാശ്ചാത്യ പൗരസ്ത്യ സാഹിത്യസിദ്ധാന്തങ്ങളെ സമന്വയിപ്പിച്ചുകൊണ്ട് രചിച്ച *കാവ്യപീഠിക*യാണ് മുണ്ടശ്ശേരിയുടെ ഒരു പ്രധാനകൃതി. *രാജരാജന്റെ മാറ്റൊലി, മാനദണ്ഡം, നാടകാന്തം കവിത്വം, വായനശാലയിൽ* തുടങ്ങിയവയാണ് മുണ്ടശ്ശേരിയുടെ മറ്റു കൃതികൾ.

*എം പി പോൾ*

ഗദ്യസാഹിത്യവിഭാഗത്തിലേക്ക് തന്റെ നിരൂപകശ്രദ്ധ കേന്ദ്രീകരിച്ച വിമർശകനായിരുന്നു എം പി പോൾ. ജനകീയ സാഹിത്യരൂപമായി വികസിച്ചുവന്ന ആധുനിക ഗദ്യത്തിന്റെ പ്രായോഗരൂപങ്ങളെയും സാധ്യതകളെയും സീമകളെയും സംബന്ധിച്ച അദ്ദേഹത്തിന്റെ വിചിന്തനങ്ങൾ നമ്മുടെ ഗദ്യസാഹിത്യരൂപങ്ങളെ വ്യവസ്ഥാപിതമാക്കുന്നതിലും അവയുടെ ജനകീയമായ അംഗീകാരമുറപ്പിക്കുന്നതിലും

*എസ് ഗുപ്തൻ നായർ*

വിലപ്പെട്ട സംഭാവനകൾ നൽകി. മുപ്പതുകളിലെ 'സാഹിതീസഖ്യ'ത്തിനും 1944-ലെ പുരോഗമനസാഹിത്യസംഘടനയ്ക്കും 1945-ൽ രൂപീകൃതമായ സാഹിത്യ പ്രവർത്തക സഹകരണസംഘത്തിനും നേതൃത്വം വഹിക്കാൻ പോളിനു പ്രേരകമായത് ഗദ്യത്തിന്റെ വിമർശകനാകാൻ അദ്ദേഹത്തെ പ്രേരിപ്പിച്ച ജനാധിപത്യബോധമാണ്. *നോവൽ സാഹിത്യം, ചെറുകഥാപ്രസ്ഥാനം, ഗദ്യഗതി, സൗന്ദര്യനിരീക്ഷണം* തുടങ്ങിയ കൃതികളുടെ രചനയിലൂടെ ആധുനിക ഗദ്യസാഹിത്യത്തിനും സൗന്ദര്യബോധത്തിനും താത്ത്വികമായ അടിത്തറയുറപ്പിക്കുകയാണ് അദ്ദേഹം ചെയ്തത്.

വിദ്വാൻ സി എസ് നായർ, കുറ്റിപ്പുഴ കൃഷ്ണപിള്ള, ഇ എം എസ് നമ്പൂതിരിപ്പാട്, എൻ കൃഷ്ണപിള്ള, എസ് ഗുപ്തൻ നായർ, ഡോ. എസ് കെ നായർ, പി കെ ബാലകൃഷ്ണൻ, സുകുമാർ അഴീക്കോട്, എൻ വി കൃഷ്ണവാര്യർ, ഡോ. എം ലീലാവതി, എം കെ സാനു, എം അച്യുതൻ, എം എൻ വിജയൻ, എം പി ശങ്കുണ്ണിനായർ, ഡോ. കെ എൻ എഴുത്തച്ഛൻ, കെ എം തരകൻ, തായാട്ടു ശങ്കരൻ, കെ പി അപ്പൻ, പി ഗോവിന്ദപ്പിള്ള, കെ പി ശങ്കരൻ തുടങ്ങിയ നിരൂപകർ മലയാള വിമർശനത്തെ ശക്തിപ്പെടുത്തുന്നതിന് തനതായ സംഭാവനകൾ നൽകിയിട്ടുണ്ട്. ഗ്രന്ഥനിരൂപണങ്ങൾ, സാഹിത്യസിദ്ധാന്തങ്ങളുടെ ചർച്ചകൾ എന്നീ വിധത്തിലാണ് മലയാളത്തിൽ വിമർശനസാഹിത്യം വളർന്നുവന്നത്. എന്നാൽ പിൽക്കാലത്ത് ഗ്രന്ഥനിരൂപണവിഭാഗം പൊതുവെ ശുഷ്കമാവുകയും മലയാളത്തിലോ മറ്റു ഭാഷകളിലോ ഇറങ്ങുന്ന കൃതികളെ അനുവാചകലോകത്തിന് വേണ്ടവണ്ണം പരിചയപ്പെടുത്തുന്ന കാര്യത്തിൽ തികച്ചും അപര്യാപ്തമാവുകയും ചെയ്തു. പക്ഷേ മറുവശത്ത് സാഹിത്യനിരൂപണമെന്നത് കൃതിയെ ജീവിതസാമഗ്ര്യവുമായി ബന്ധപ്പെടുത്തി വിശകലനം ചെയ്യുമ്പോഴേ സാർത്ഥകമാകുന്നുള്ളു എന്ന കാഴ്ചപ്പാട് ഇക്കാലത്തിനിടയിൽ വികസിച്ചുവന്നു. സാഹിത്യനിരൂപണം സാംസ്കാരിക നിരൂപണമായി മാറി. ഏതൊരു രചനയും അത് ജന്മമെടുക്കുന്ന സാംസ്കാരിക സാഹചര്യങ്ങളെ പ്രതിനിധാനം ചെയ്യുന്നുവെന്നും അങ്ങനെയുണ്ടാകുന്ന കൃതികൾ പുതിയൊരു സാംസ്കാരികാന്തരീക്ഷത്തിന്റെ സ്രഷ്ടാക്കളാകുന്നുവെന്നുമുള്ള വസ്തുതയിലൂന്നിയാണ് ഇന്ന് മലയാളത്തിൽ ഗൗരവപൂർണ്ണമായ വിമർശനരചനകളുണ്ടാകുന്നത്. ഇതാകട്ടെ പുരോഗമനസാഹിത്യപ്രസ്ഥാനം ഉന്നയിച്ചുവന്ന വാദഗതികളുടെ അടിസ്ഥാനപ്രമാണങ്ങളുടെ വികാസമാണ്.

# 10

# ഉപസംഹാരം

**പ**ന്ത്രണ്ടോ പതിമൂന്നോ നൂറ്റാണ്ടിന്റെ ചരിത്രമാണ് മലയാളമെന്ന സവിശേഷ ഭാഷാരൂപത്തിന് അവകാശപ്പെടാനുള്ളത്. ദക്ഷിണേന്ത്യയൊന്നാകെ പ്രതിനിധാനം ചെയ്തുവന്ന ദ്രാവിഡസ്വത്വത്തിൽ നിന്ന് വ്യതിരിക്തമായി കേരളത്തിന്റെ തനതായ ഒരു സ്വത്വാവിഷ്കാരരൂപം എന്ന നിലയിലാണ് അത് ഉയിർക്കൊണ്ടത്. ആദ്യകാലത്ത് തമിഴിന്റെയും സംസ്കൃതത്തിന്റെയും കൈപിടിച്ചു വളർന്ന മലയാളം ആ ഭാഷകളിൽ നിന്ന് ഒട്ടേറെ കാര്യങ്ങൾ ഉൾക്കൊണ്ടു. തമിഴിൽ നിന്നാണ് മലയാളമുണ്ടായതെന്നും അതല്ല, സംസ്കൃതത്തിൽ നിന്നാണെന്നുമുള്ള മട്ടിൽ വാദഗതികൾ ഉയരുന്നതിന് ഇതു കാരണമായി. എന്നാൽ പിന്നീട് ഒട്ടുമിക്ക ലോകഭാഷകളുമായി സമ്പർക്കത്തിലേർപ്പെടാൻ അവസരം ലഭിച്ച മലയാളം ഉൾക്കൊള്ളാവുന്നവയെല്ലാം അവയിൽനിന്ന് സ്വീകരിക്കുകയും അതോടൊപ്പം സ്വന്തമായ നിലപാടുതറ കണ്ടെത്തുകയും ചെയ്തു. ഭാഷയുടെയും സംസ്കാരത്തിന്റെയും വിവിധ മേഖലകളിൽ അഭിമാനാർഹമായ നേട്ടങ്ങൾ കൈവരിക്കുകയും ഔന്നത്യങ്ങളിലെത്തുകയും ചെയ്തു. എല്ലാ വിതാനങ്ങളിലേക്കും തുറന്നിടുന്നതും വിശ്വത്തെയാകെ ഉൾക്കൊള്ളാൻ കഴിയുന്നതുമായ സവിശേഷമായൊരു സ്വാംശീകരണ-സ്വയം നവീകരണ പ്രവണത മലയാളത്തിന് തനതായുണ്ട്. താരതമ്യേന കുറഞ്ഞൊരു കാലംകൊണ്ട് ഉന്നതമായൊരു നിലയിലെത്താൻ മലയാളത്തെ പര്യാപ്തമാക്കിയത് അതിന്റെ ഈ സവിശേഷതയാണ്. ഇന്ത്യയിലെ മറ്റു ദേശീയതകളിൽ നിന്നെല്ലാം വ്യത്യസ്തമായ നിലയിൽ സാമൂഹികവും സാംസ്കാരികവുമായ മികവു പുലർത്താൻ മലയാളിക്ക് ഇത് സവിശേ

ഷമായ കഴിവുനൽകി.

എന്നാൽ മലയാളത്തെ സ്വയം നവീകരിക്കാൻ പര്യാപ്തമാക്കുന്ന ഈ പ്രവണത അതിനെ ആത്മബോധമുറ്റതാക്കുന്ന കാര്യത്തിൽ പരാജയപ്പെടുന്നതായാണ് അനുഭവം. ഭാഷാഭിമാനത്തിന്റെ കാര്യത്തിൽ മലയാളി ഏറെ പിൻനിരയിലാണ്. സാക്ഷരതയിലും വിദ്യാഭ്യാസകാര്യങ്ങളിലും ഏറെ മുന്നിട്ടു നിൽക്കുമ്പോഴും അവൻ മാതൃഭാഷാസാക്ഷരത പ്രധാനമായി കണക്കാക്കുന്നില്ല. മാതൃഭാഷയിലെ വിദ്യാഭ്യാസം തന്നെ വർജ്യമാണെന്ന ബോധത്തിലേക്ക് മലയാളി അതിദ്രുതം സഞ്ചരിച്ചുകൊണ്ടിരിക്കുന്നു. ബോധനകാര്യത്തിൽ ഏറ്റവും പ്രസക്തമായത് മാതൃഭാഷയിലൂടെയുള്ളതാണെന്ന വസ്തുത എല്ലാവരും അംഗീകരിച്ചിരിക്കെ അതൊന്നും വകവയ്ക്കാതെ എല്ലാവരും തന്നെ ഇംഗ്ലീഷ് മീഡിയം ജ്വരത്തിന് വർദ്ധമാനമായ രീതിയിൽ വിധേയരായിക്കൊണ്ടിരിക്കുന്നു. സ്വന്തം പേരെഴുതാൻ പോലും തന്റെ ഭാഷയുപയോഗിക്കാത്ത ഒരേയൊരു ജനവർഗ്ഗമെന്ന ലജ്ജാകരമായ സ്ഥാനവും മലയാളി അങ്ങനെ നേടി. അങ്ങേയറ്റം ലജ്ജാകരമായൊരവസ്ഥയാണെന്ന തിരിച്ചറിവുപോലും അവന് നഷ്ടപ്പെട്ടിരിക്കുന്നുവെന്നതാണ് ഏറെ പരിതാപകരം. നമ്മുടെ സമൂഹാവബോധത്തിലും സാംസ്കാരികസ്വത്വസവിശേഷതയിലും ഇത് വരുത്തിയിട്ടുള്ള ആഴമേറിയ മുറിവുകളെക്കുറിച്ച് നാം ഇനിയെങ്കിലും ചിന്തിക്കുകയും സ്വയം പ്രതിരോധത്തിന്റേതായ നടപടികൾ എത്രയും വേഗം സ്വീകരിക്കുകയും ചെയ്യേണ്ടിയിരിക്കുന്നു.

സാഹിത്യത്തിന്റെ വിവിധ വിഭാഗങ്ങൾ എന്ന നിലയിലാണ് ലിഖിതഭാഷാരൂപങ്ങൾ വികാസം പ്രാപിച്ചത്. എന്നാൽ ഭാഷാവികാസമെന്നത് സാഹിത്യവികാസമോ ലിഖിതഭാഷാവികാസമോ മാത്രമല്ല. യഥാർത്ഥത്തിൽ ജീവിതമേഖലകളുടെ വികാസമാണ് ഭാഷാവികാസമായി മാറുന്നത്. മലയാളഭാഷയുടെ വികാസമെന്നാൽ കേരളീയ ജീവിതത്തിന്റെ വികാസം തന്നെയാണ്. പ്രായോഗിക ജീവിതരംഗങ്ങളിൽ, പ്രായോഗിക ജീവിതവുമായി ബന്ധപ്പെട്ട സൈദ്ധാന്തികമേഖലകളിൽ, ശാസ്ത്ര-സാങ്കേതിക രംഗങ്ങളിൽ, ആചാര-വിശ്വാസ മേഖലകളിൽ, അനുഷ്ഠാനങ്ങളെയും വെറും കീഴ്വഴക്കങ്ങളെയും പിൻതള്ളിക്കൊണ്ട് സ്ഥാപിതമാകുന്ന നിയമാവലികളിലും അവയുടെ പ്രയോഗരൂപങ്ങളിലും എല്ലാം കൂടിയാണ് ജീവിതവികാസമെന്നപോലെ ഭാഷാവികാസവും സംഭവിക്കുന്നത്. ഇവിടെയെല്ലാമുള്ള ഭാഷാപ്രയോഗങ്ങളുടെ വികാസത്തെ സംബന്ധിച്ച സമഗ്രമായ പഠനത്തിലൂടെ മാത്രമേ ഭാഷാചരിത്രപഠനം പൂർണമാവുകയുള്ളു. അങ്ങനെയൊരു ഭാഷാചരിത്രരചനയാണ് മലയാളത്തിന് ഇനി ആവശ്യമായിട്ടുള്ളത്. അതാകട്ടെ ഒരു വിദഗ്ദ്ധ സംഘത്തിന്റെ മേൽനോട്ടത്തിൽ വിപുലമായൊരു കൂട്ടായ്മയിലൂടെ നിർവഹിക്കപ്പെടേണ്ട ഗവേഷണപ്രവർത്തനമത്രേ.

# അധികവായനയ്ക്ക്

| | |
|---|---|
| എൻ കൃഷ്ണപിള്ള | *കൈരളിയുടെ കഥ.* |
| കെ എം തരകൻ | *മലയാള നോവൽസാഹിത്യചരിത്രം.* |
| ഉള്ളൂർ എസ് പരമേശ്വരയ്യർ | *കേരളസാഹിത്യചരിത്രം.* |
| എം എം ബഷീർ | *മലയാള ചെറുകഥാസാഹിത്യചരിത്രം.* |
| എസ് ജെ മംഗലം | *പ്രാചീന ഭാരതീയലിപിശാസ്ത്രവും മലയാളലിപിയുടെ വികാസവും.* |
| എ ആർ രാജരാജവർമ്മ | *കേരള പാണിനീയം.* |
| എസ് രാജശേഖരൻ | *പാട്ടുപ്രസ്ഥാനം : പ്രതിരോധവും സമന്വയവും* |
| എസ് രാജശേഖരൻ | *മലയാളിയുടെ മലയാളം.* |
| അജ്ഞാതകർത്തൃകം | *ലീലാതിലകം.* |
| എം ലീലാവതി | *മലയാള കവിതാസാഹിത്യചരിത്രം* |
| ജി ശങ്കരപ്പിള്ള | *മലയാള നാടകസാഹിത്യചരിത്രം.* |
| സുകുമാർ അഴീക്കോട് | *മലയാള സാഹിത്യവിമർശനം.* |